క. దేవసములైనయనుజులఁతో విప్రులతో రథాళితో వచ్చి యర
ణ్యావాసము సేసెదు ధర, ణీవల్లభ నీవు ధర్మనిష్ఠితబుద్ధిన్. 5

క. నరసుతుఁడు తొల్లి నలుఁడను
ధరణీశుఁడు జూదమాడి తనవిభవము పు
ష్కరుచేత నోటువడి యొ
క్కరుఁడ కరం బిడుమవడఁడె కాననసీమన్. 6

వ. అనిన నది యెట్లని ధర్మనందనుం డడిగిన నాతనికి బృహ
దశ్వుం డిట్లనియె. నిషధేశ్వరుండైన వీరసేనుని కొడుకు
నలుండనువాఁ డనేకాక్షౌహిణీపతి యనవరతాత్మప్రియుం
డజేయుంబైన తన తేజంబున నెల్లరాజుల జయించి బ్రహ్మ
ణ్యుండై బ్రహ్మోత్తరంబుగాఁ బ్రజాపాలనంబు సేయుచు
న్నంత. 7

సీ. అట విదర్భాధిపుఁడైన భీముండను
వాఁ డనపత్యుఁడై వ్రతము లోలి
సలుపుచు దమనుఁడన్ సన్మునిఁ బత్నియుఁ
దాను నుపాసించి తద్వరమున
దమయంతియను కూఁతు దమదాంతదమనుల
సుతులను బడసె విశ్రుతగుణాఢ్యుఁ
డందుఁ గన్యారత్నమగు దమయంతి దా
నత్యంతకాంతి రూపాభిజాత్య

ఆ. విమలగుణసమృద్ధి వెలుఁగుచు సురసిద్ధ
సాధ్యకన్యలట్టిసఖులు నూర్వు
రొలసి తన్నుఁ గొలుచుచుండంగ మహినొప్పు
చుండె నధికవిభవయుక్తితోడ.

క. నలుగుణములు దమయంతికి
నలునకు దమయంతి గుణగణంబులు జను లి
మ్ముల. బొగడుట నిరువురకును
వెలసె మనోభవ వికారవిభ్రమ మొదలన్. 9

వ. ఒకనాఁడు నలుఁడు దమయంతీగుణబద్ధచేతస్కుండై మద
నావలంబు సహింప నోపక ప్రమదావనంబున నుండునంత
నంతరిక్షశ్రీకాంతాహారావళియుంబోలె హంసావళి యవనీ
తలంబున కవతరించిన. 10

ఆ. వీరసేనసుతుఁడు వీరుండు హంసల
నడబెడంగుఁ జూచి నగుచు వాని
నెగిచి యెగిచి యందు నెగయకుండఁగ నొక్క
హంసఁ బట్టుకొనియె నతిరయమున. 11

ఆ. దానివిడిచి పోవఁగానోప కఱచుచు
నంతరిక్షమునను హంసలెల్లఁ
బిందుగట్టి తిరుగుచుండె వాతోద్ధూత
శారదాభ్రశకలచయముఁ బోలె. 12

వ. అదియును దన కమ్మనుజేశ్వరుం డపాయంబు సేయునకాఁ
దలంచి వెఱచి మనుష్యవాక్యంబుల నిట్లనియె. అయ్యా
యేను నీకుం బ్రియంబు సేసెద నీహృదయేశ్వరివైన దమ
యంతి పాలికిం బోయి నీగుణంబులు దానికి వర్ణించి చెప్పి
యక్కన్య యన్యుల నపేక్షింపక నీయంద బద్ధానురాగ
యగునట్లు చేసెద. 13

క. అని విని హంసవచనము
దనహృదయంబునకు నమృతధారాపాతం

బునుబోలె నైన నృపనం
దనుఁ డనురక్తుఁడయి విడిచెఁ దడయక దానిన్. 14

వ. హంసపిండుతో నదియును విదర్భాపురంబునకుం బఱచి
యం దుపవనంబున సఖీజనపరివృతయై యున్నదమయంతి
పాలికింబోయి విహరించుచుండె. అంత నాహంసలంజూచి
పరమకౌతుకంబున. 15

తే. ఒండొరులఁ గడవఁగ నయ్యువిద లెల్లఁ
బఱచి యొక్కొక్క కలహంసఁ బట్టుకొనినఁ
జెలువముగ నందు దమయంతిచేతఁ బట్టు
వడియె ననుచేత విడువంగఁ బడినహంస. 16

క. దమయంతికి నలునకు సం
గమ కారణదూత యైనకలహంస మనో
జ్ఞ మనుష్యవాక్యముల న
ద్దమయంతికి హర్ష మెసఁగ దానిట్లనియెన్. 17

వ. నీహృదయేశ్వరుండైన నలునొద్దనుండి వచ్చితి అపారపా
రావారపర్యంత మహీతలంబునందు నాచూడనిరాజు లెవ్వ
రును లేరు సర్వగుణ సౌందర్యంబుల నెవ్వరు నలుంబోలరు.

తే. నీవు నలునకుఁ బేర్మితో దేవివైనఁ
గాక నీసముజ్జ్వలరూపకాంతివిభవ
నిత్యసౌభాగ్యభాగ్యాభిజాత్యభద్ర
లక్షణావళు లవి సఫలంబు లగునె. 19

వ. నీవు నారీరత్నంబవు అతండు పురుషరత్నంబు మీయిద్ద ఱ
సమాగమం బన్యోన్యశోభాకరం బగును. అనినవిని [illegible]
ష్టహృదయ యయి దమయంతి దానికిట్లనియె. 20

సీ. కలహంస పలికినపలుకులు గణియించు
వడి దానిపోయినవలను జూచుఁ
బలుకదు సఖులతో లలితాంగి మిన్నక
యలయుచు నుండుఁ దాననుదినంబు
చారువిభూషణాహార విహారశ
య్యాసన భోగంబులందు విముఖి
యై రేయివగలు నిద్రయు నెప్పుడెఱుఁగక
దమయంతి నలుఁ డనుధరణినాథు

ఆ. నంద బుద్ధి నిలిపి కందర్పబాధిత
యగుచునున్న యది ధరాధినాథ

ధరణిపతుల నొరుల నురుగుణాఢ్యుల విన
నొల్ల దెంతవిభవయుక్తులైన. 25

వ. అనిన విని భీముం డేమి సేయుదు నెవ్విధంబున నమ్మహీ
పతి నిటకు రావింప నగునో యని చింతించుచు సంప్రా
ప్తయౌవనయైన కూఁతుంజూచి యప్పుడు. 26

క. ఆవైదర్భుఁడు నిఖిలధ
రావలయములోనఁ గలుగు రాజన్యుల నా
నా విషయాధీశ్వరులను
రావించెం దత్స్వయంవర వ్యాజమునన్. 27

క. మనుజేశ్వరు లెల్లను బో
రన దమయంతీ స్వయంవరమునకు నొప్పన్
జనుదెంచిరి సైన్యస్యం
దన ఘట్టన నవనితలము తల్లడపడఁగన్. 28

వ. తత్సమయంబునఁ బర్వత నారదులను పురాణమునులు
భూలోకం బెల్లం గ్రుమ్మరి యింద్రలోకంబునకుం బోయిన
నింద్రుండు వారిం బూజించి భూలోకంబునం గుశలవార్త
యడిగి యిదియెట్లు ధర్మపరిపాలన పరులై వీరులై రణనిహ
తులైన రాజు లక్షయలోక సుఖంబు లనుభవింప నతిథులై
యిందుల కెంతకాలం బయ్యె రానికారణం బేమి యనిన
నయ్యింద్రునకు నారదుం డిట్లనియె. 29

క. నరసిద్ధ సాధ్య విద్యా
ధర సురకన్యకలకంటె దమయంతియ సుం
దరి దాని సుస్వయంవర
మరుదై వర్తిల్లుచున్నయది. యిప్డుమహిన్.

క. అందులకు ధరణిఁ గలనృప
నందనులెల్లను ముదంబునం బోయెడు వే
డ్కం దమలోఁ గయ్యమ్ములు
గ్రందుగ లేకున్నవారుఁ గడునెయ్యమునన్. 31

వ. అనిన విని యింద్రుండును లోకపాలవరులను దదాలోకన
కౌతుకంబునం గనకరత్నరమ్యవిమానారూఢులై భూలోకం
బునకువచ్చి దమయంతీ స్వయంవరంబునకుం బోయెడువాని
నాదిత్యులలోన విష్ణుండునుంబోలెఁ దేజోధికుం డైనవాని
ననన్య సాధారణరూపవిభవంబున రెండవమన్మథుండునుం
బోనివాని నలుం గని యంతరిక్షంబున విమానంబులు నిలిపి
భూతలంబునకు వచ్చి వాని కిట్లనిరి. 32

సీ. నిత్యసత్యవ్రత నిషధేశ నీవు మా
కమరంగ దూతవై యభిమతంబు
సేయుము నావుడుఁ జెచ్చెర నట్టుల
చేసెద మఱి నాకుఁ జెపుఁడ మీర
లెవ్వార లేను మీ కిష్టంబుగా దూత
నై యేమి సేయుదు ననిన నతని
కమరేశ్వరుం డిట్టు లనియె నే నింద్రుండ
వీరు దిక్పాలురు విదితయశులు

ఆ. ధరణి నొప్పుచున్న దమయంతి సుస్వయం
వరముఁ జూచువేడ్క వచ్చియున్న
వార మీవు మమ్ము వారిజాక్షికి నెఱిం
గింపు నామధేయకీర్తనముల. 33

వ. అట్లైన నక్కోమలి మాయందుఁ దన వలచువాని వరియించు

ననిన నింద్రునకుఁ గృతాంజలి యయి నలుం డిట్లనియె.

ఆ. ఎఱిఁగి యెఱిఁగి నన్ను నేకార్థసమవేతుఁ
బాడియయ్యె యిట్టిపనికిఁ బనుప
ననిన నుత్సుకుండవై యేల చేసెద
నంటి చేయకుండ నగునె నీకు. 35

ఆ. నిన్ను నిత్యసత్యనిరతుఁ గా నెఱిఁగి యి
క్కార్యమునకు వలను గలుగు టెఱిఁగి
పనుపవలసె దూతభావ మపేక్షించి
దేవహితము దీనిఁ దీర్పవలయు. 36

వ. ఆయుధీయ సురక్షితంబైన రాజగృహంబెల్లు చొరనగు నని శంకింపవలదు దమయంతీనివేశంబుఁ బ్రవేశించునపుడు నిన్నెవ్వరు వారింప నోడుదురు అనిన శక్రువచనంబుల నశంకితుండై నలుం డొక్కరుండ విదర్భా పురంబునకుం బోయి దమయంతి గృహంబుసొచ్చి. 37

సీ. హంసచేఁ దనవినినంతకంటెను రూప
విభవాతిశయముల వెలయుదాని
సురకన్యకల యట్టి సురుచిర శతకన్య
కాళిచేఁ బరివృత యైనదాని
హృదయేశుఁ డైన తన్నెప్పుడు వినుచున్కి
నలయు కాశ్వాసిత యైనదాని
దమయంతిఁ జూచి కందర్పశరావిద్ధుఁ
డయ్యె నలుండంత నతనిఁ జూచి

ఆ. యితఁ డపూర్వమనుజుఁ డెందుండి వచ్చెనో
యనుచు నదరిపడి లతాంగులెల్ల

నాసనముల డిగ్గి యపుడు ప్రత్యుద్గత
లైరి మనములందు హర్ష మెసఁగ. 38

క. దమయంతి మనోభవనిభు
నమరేంద్ర ప్రతిము దినకరాభు సుధారు
క్సము వరుణసదృశు ధనదో
పము నశ్వసమాను నిషధపతిఁ జూచి నలున్. 39

క. వారిరుహనేత్ర మదన
ప్రేరిత యై లజ్జ యుడిగి భీతిల్లక బృం
దారకమూర్తికి రాజకు
మారున కిట్లనియె మందమందమృదూక్తిన్. 40

వ. నీవు మహానుభావుండ విందుల కేమికారణంబున నేకతంబ
వచ్చితివి. ఇది యత్యుగ్రశాసనుం డైన మదీయజనకుచేత
సురక్షితం బగుట నెవ్వరికిం జొర నశక్యంబు దీని నెవ్వరు
నెఱుంగకుండ నెవ్విధంబునం జొచ్చితి నాకు మనోవేదనా
వివర్ధనుండ వైననీ తెఱం గెఱింగింపు మనిన దానికి నలుం
డి ట్లనియె. 41

ఆ. ఏను దేవదూత నింతి నలుం డను
వాఁడ నింద్రధనదవరుణయములు
నీస్వయంవరంబు నెమ్మితోఁ జూడంగ
నరుగుదెంచి నన్ను నబల మున్ను. 42

క. నీయొద్దకుఁ బుత్తెంచిరి
మాయందొక్కరుని నిష్టమతి వరియింపన్
దోయజముఖిఁ బ్రార్థింపుము
మాయందఱప్రియ మొనర్పుమా సంప్రీతిన్. 43

వ. అని పంచినఁ దత్ప్రిభావంబున నన్యులచేత నలక్షితుండనై వచ్చితి. ఇంద్రాదులకుఁ బ్రియంబు సేయుము. అనిన నవనతవదనయై దమయంతి తొల్లి హంసచేత నలు విని వానియంద బద్ధానురాగయయి నవయుచున్నయది యిపుడతని నెఱింగి తద్వచన శ్రవణదుఃఖాయమానమానస యగుచు నిట్లనియె. 44

తరువోజ. ఏనేడ నింద్రాదులేడ వారలకు
నెప్పుడు మ్రొక్కుదు నేనుసీధనమ
భూనాథ నీగుణంబులు హంసచేతఁ
బొలుపుగా విని మనంబున నిల్పి యున్న
దాన భవన్నిమిత్తమున నిట్లఖిల
ధారుణీనాథ సార్థంబు రావింపఁ
గా నిష్డువలసె లోకఖ్యాత కీర్తి
కరుణించి పతిబుద్ధి గావింపుమిందు. 45

వ. నీవు దీనికొడంబడని నాఁడు రజ్జువిషాగ్నిజలంబులం బ్రాణపరిత్యాగంబు సేసికొందు ననిన దానికి నలుం డిట్లనియె.

మత్తకోకిల. భూరిసత్వులు సర్వలోకవిభుల్ విభూతిసమృద్ధులి
ద్ధోరుకీర్తులు నిన్నుఁ గోరుచు నున్నవా రమరోత్తముల్
వారిపాదరజంబుఁ బోలనివాని నన్ను మనుష్య సం
సారిఁ గోరఁగ జన్నె నీకుఁ బ్రిసన్నులై సుర లుండఁగాఁ.

క. దేవతల కప్రియంబులు
గావించి మనుష్యు లధమగతు లగుదురిలఁ
గావున వారికి నిష్టముఁ
గావింపుము నన్నుఁ బ్రీతిఁ గావుము తరుణీ. 48

వ. అనిన దమయంతి నయనాంతర్గళిత బాష్పధారాకలితకపో
లయుగళ యగుచుం బెద్దయుంబ్రొద్దు చింతించి నీయభిప్రా
యంబునకు నిరపాయంబైన యుపాయంబుఁ గంటిని. ఇం
ద్రాదులు నాస్వయంవరంబునకు వచ్చెదరేని వారిసన్నిధిన
నిన్ను వరియించెద. అట్లయిన నిర్దోషం బగును. అనిన
నలుండు లోకపాలురపాలికింజని దమయంతి పలికినివిధంబుఁ
జెప్పె. అంతఁ బుణ్యతిథి నక్షత్రముహూర్తంబున దమ
యంతీ స్వయంవరంబు ప్రవర్తిల్లిన. 49

ఆ. నలుకాని నలినదళనేత్ర వరియింప
దట్టె చూతమనుచు నమరవరులు
నలువురును గడంగి నలరూపముల వచ్చి
రాస్వయంవరమున కతిముదమున. 50

వ. అంత. 51

సీ. దమయంతి సితపుష్పదామాభిశోభిత
హస్తయైచనుదెంచి యంబుజాక్షి
యమ్మహోత్సవ దర్శనాగతరాజన్య
నివహంబువీక్షించి నెమ్మితోడ
నలువురువేల్పులు నలుదోట్టియప్పుడే
కాకారులైయున్న నందునలుని
నేర్పరింపఁగనేర కింద్రాదులను నలు
నెఱుఁగు నుపాయ మింకెద్ది యొక్కొ

ఆ. యనుచు సంశయాకులాత్మయై సురలార
నలు నెఱుంగువిధము నాకుఁ జేయుఁ

డాత్మ రూపధరుల రగుఁ డని పరిదేవ
నంబు సేసెఁ దన మనంబులోన. 52

వ. దేవతలు దాని పరిదేవనంబువిని కరుణించి యనిమిషలోచనంబులు నస్వేద గాత్రంబులు నొప్ప నవనీతలంబు ముట్టక యాసన్నులై నిలిచిరి. అంత లోకపాలురు భూలోకంబునం గల రాజలోకంబు లాలోకించుచుండఁ బుణ్యశ్లోకుండయిన నలు ధర్మవిధానంబున వరియించి దమయంతి తదీయస్కంధంబున సుగంధి కుసుమదామకంబు వెట్టెన. 53

క. దేవతల సాధువాదము
తో విప్రాశీరవంబుతో బహు తూర్యా
రావంబులు చెలఁగెను బా
రావార రవంబుబోలె ననివార్యంబై. 54

వ. ఇట్లపూర్వ స్వయంవర లబ్ధయయిన దమయంతి నత్యంత విలాసంబుతో వివాహంబైన యానలునకు మెచ్చియింద్రుండు వాని యజ్ఞంబులయందు నిజరూపంబుతో హవిర్భాగంబుఁ గొనను నగ్నియు వరుణుండును వానివలచినచోటన యనలోదకంబు లుత్పాదింపను ధర్ముండు వానిచిత్తంబు ధర్మువునందు వర్తిల్లను ధనదుండు ధన సంచయంబు లక్షయంబు లగునట్లుగా వరంబులిచ్చి దేవలోకంబు కరుగువారెదుర ద్వాపరంబుతోవచ్చు కలింగని శక్రుం డిది యేమి యెందులకుం బోయెద వని యడిగిన నయ్యింద్రునకుఁ గలి యిట్లనియె. 55

తే. అవనిలో దమయంతీ స్వయంవరంబు
విస్తరిల్లుటవిని కడు వేడ్కతోడ

నేను దమయంతిచే వరియింపఁబడుదు
నని తదర్థమై యరిగెద నాసఁ జేసి. 56

వ. అనిన నందఱు నగి నీ వందుల కేల పోయెదు ముందఱ నివృత్తం బయ్యె నక్కోమలి యొరుల నెవ్వరి మెచ్చక నలుం డనువాని వరించె ననినం గలి కరం బలిగి యన్నలునకు దమయంతికిని రాజ్యపరిత్యాగంబును బరస్పర వియోగక్లేశంబును జేసెదనని నిశ్చయించి వాని నక్షరతుంగా నెఱింగి యక్షంబులఁ జొచ్చియుండ ద్వాపరంబుం బనిచి నలుండు సేయుచున్న యశ్వమేధాదికానేకభూరిదక్షిణ మహాక్రతువులయు, జపహోమదానాది వివిధపుణ్యకర్మంబులయుఁ గారణంబునం జొర నవసరంబు గానక యంతరం బన్వేషించుచుం బెద్దకాలం బుండి యొక్కనాఁ డతం డశుచియై మఱచి సంధ్యోపాసనంబుఁ జేసిన నుపలబ్ధావసరుం డయి కలి నలునందుఁ బ్రవేశించి పుష్కరుం డనువానిపాలికిం బోయి తన్నెఱింగి నీవు నలునితోఁ జూదం బాడి వానిరాజ్యంబు సర్వంబును నోడిచికొమ్మని చెప్పి తానును వానికి విప్రవేషంబున సహాయుండై యక్షంబులు గొని పుష్కరునితోఁ నొక్కటఁ జని నలుం గాంచి నీవు మారాజుతోఁ జూదం బాడు మనిన. 57

క. ద్యూతార్థము తత్కితవా
హూతుఁడ నై జూద మాడ కుండుట ధర్మా
పేతం బని యభిముఖుఁ డయి
యాతనితోఁ నలుఁడు జూద మాడఁ గడంగెన్. 58

క. కలధనము లెల్ల నోడ్డుచు
నలయుక జూదమున విజితుఁ డగుచుండె నిజా
ప్తులు వారించిన నుడుగక
నలుఁడు గలిప్రేరణంబునను హతమతి యై. 59

వ. ఇట్లనేక మాసంబులు దుర్వ్యసనాసక్తుండై యున్నలుండు
వివిధవస్తువాహననివహంబు లోడ్డి పుష్కరున కోటువడం
బోయిన నెఱింగి పౌరబ్రాహ్మణ ప్రధానులు దమయంతీ
పురస్కృతులై వచ్చి వారించి కలిసమావేశపరవశుం
డయిన యన్నలుచేతఁ బ్రతిహతులై పలుకకుండిరి అంత
దమయంతి చింతాక్రాంతచిత్త యై. 60

ఆ. ఎంత యోటువడిన నంతియు జూదంబు
నందుఁ దగులుఁ జలము నతిశయిల్లు
నేమి సేయుదాన నిది యెగ్గునకు మూల
మని లతాంగి దుఃఖితాత్మ యగుచు. 61

సీ. అక్షము ల్పుష్కరునందు వశ్యంబులై
యునికియు నలునియం దోండువిధము
లగుటయు నెఱిఁగి నిజాధీశ్వరునకప
జయము కా లక్షించి సరసిజాక్షి
భర్త యనుజ్ఞ ముగా బడసి వార్ష్ణేయుఁడక
సారథిఁ బిలిచి యాస్యందనమున
నింద్రసేనుండను నిక్కుమారకు నింద్ర
సేన యన్గూఁతుఁ జెచ్చెరనతోడు
ఆ. కొని విదర్భ కరిగి గుఱుకొనిమద్బంధు
జనుల యొద్ద బెట్టి సరగ రమ్ము

టంచుఁ బంచిపుచ్చె నాప్తపురోహిత
మంత్రి బాంధవాభిమతము బొంది. 62

క. నలుఁడును ధరణీరాజ్యము
దలఁగఁగ సర్వంబు నపహృతంబైనఁ గడుఁ
దలరి దమయంతిఁ దోడ్కొని
వెలువడియె నశేషరాజ్య విభవ చ్యుతుఁడై. 63

తే. పురము వెడలి మూఁడహోరాత్రములు వసించి
యున్న నలుపాలి కెవ్వరినోడి రరుగ
జనవిభుండైన పుష్కరు శాసనమునఁ
గలికృత ద్యూత విద్వేష కారణమున. 64

వ. ఇట్లు సర్వజన సత్కారార్హుండయ్యును నలుండువిధివశంబు
ననెవ్వరివలన సత్కారంబు గానక జలంబు లాహారంబుగాఁ
దత్పుర సమీపంబున దమయంతీ ద్వితీయుండై యుండి బుభు
క్షాపీడ సహింప నోపక హిరణ్య పక్షంబులతోఁ దనముంద
టఁదిరుగుచున్న పక్షులం గని యవి భక్ష్యంబు లగు నని
యప్పక్షులం బట్టికొన సమకట్టి తనకట్టినపుట్టంబు వానిపై
వైచిన నవి పుట్టంబుతోన గగనంబున కెగసి నగుచు విగత
వస్త్రుండయిన నలున కిట్లనియె. 65

తే. నీధనంబును రాజ్యంబు నికృతిఁగొన్న
యక్షముల మేము నీవస్త్ర మపహరింపఁ
బక్షిరూపులమై వచ్చి పార్థివేంద్ర
యపహరించితి మనిచెప్పి యరిగెఁ జదల. 66

వ. నలుండును వానిం జూచి విస్మయంబు నంది యీయక్షంబుల
దోషంబునం గాకేమి నాకిట్టిదయ్యెననుచు దమయంతి కట్టిన

పుట్టంబు చెఱంగు కట్టికొనియె. అట్లిరువురు నేకవస్త్రులై
యొండొరుల మొగంబులు చూచి దుఃఖించుచుండ నలుండు
దమయంతి కిట్లనియె. 67

క. ఇది దక్షిణాపథంబున
కిదియు విదర్భాపురమున కిది కోసల కిం
దిది యుజ్జయినికిఁ దెరువులు
మది నిన్నిటిలోన నరుగ మన కెద్ది యగున్. 68

క. అడవులలో నాతోఁ గడు
నిడుములు వడనోప వరుగు మిందుముఖీ యి
ప్పుడు నీ బంధుజనంబుల
కడ కనవుడుఁ దరుణి శోకగద్గద యగుచున్. 69

ఆ. అతని కిట్టు లనియె నవనీశ నీవును
నేనుఁ జని విదర్భ నిష్టలీల
నుండుదము మృగాకులోగ్రవనంబుల
కరుగ నేల యిడుమ లంద నేల. 70

వ. అనిన విని నలుం డవనతాననుం డయి నీచెప్పినట్లు విదర్భే
శ్వరు రాజ్యంబును మనరాజ్యంబ యేనుదొల్లి యధికైశ్వర్య
యుతుండనై యందులకుం బోయి బంధుజనులకు హృద
యానందంబు సేసి యిప్పు డివ్విధంబున సర్వహీనుండ నై
యెట్లుపోవనేర్తు. అనిన దమయంతి యిట్లనియె. 71

తే. అఖిలదుఃఖ రోగార్తున కౌషధంబు
సురుచిరంబుగ భార్యయ చూవె యెందు
నొసర భార్యాసమేతుఁడై యున్నవాని
కెంత లాపదలయ్యును నెఱుకపడవు. 72

క. అలయు నెడ డయ్యునెడ నాఁ
కలియుఁ దృషయు నైనయెడలఁ గనుఁగొని ధరణీ
తలనాథ పురుషునకు ని
మ్ముల భార్యయ పాచుఁ జిత్తమున దుఃఖంబుల్. 73

వ. కావున నిది మదధీనజీవిత యనియు అనువ్రత యనియు
అనుకంపనీయ యనియు నన్ను విడువక నాయనుగమనం
బునకు ననుమతుండవు కమ్ము. అనిన నట్ల చేయుదు. ప్రాణ
సమానవయిన నిన్నేల విడుతు. ఓడకుండుము. అని నలుండు
దమయంతి నాశ్వాసించుచు నొక్కటఁ జనిచని విజనం
బైనవిపినంబుల నొక్కసభఁ గని యందు విశ్రమించి పరు
షధూళిధూసరస్థలంబున శయనించి మార్గశ్రమనిమీలిత
నయనుం డయి దుఃఖంబునఁ గన్ను మొగుడకున్న లేచి తన
పాదంబులయంతికంబున నతిక్లేశపరవశ యయి నిద్ర వో
యెడు దమయంతిం జూచి. 74

సీ. ధరణిరాజ్యంబుతో ధనమెల్లఁ బరులచే
        నపహృతం బగుటయు నాప్తమిత్ర
బంధుజనంబులుఁ బ్రకృతిజనంబులు
        విడుచుటయును మహావిపినభూమిఁ
బత్నితోఁ దనపరిభ్రమియించుటయు నప్డు
        దలఁచి శోకించి యుత్తరుణి దొల్లి
మృదుశయనంబున మెలఁతలు మెలపుతో
        నడుగు లొత్తఁగ నిద్ర యనుభవించుఁ

ఆ. గోమలాంగి యిపుడు గుఱుకొని పాంసుల
స్థలమునందు నిద్రఁ దగిలినదియుఁ

బంకజాక్షి నాకు భార్యవై యింతదుః
ఖంబుఁ బొందె దైవ ఘటనఁ జేసి. 75

వ. ఏను దీనిదుఃఖంబుఁ జూడనోప ఎటకేనియుం బోయెద నిది
నన్నుంగానక తనబంధుల యొద్దకుంబోయి దుఃఖ పడకుండు.
అనివిచారించి పోవ సమకట్టి యక్కోమలి మేలుకొనకుండ
మెల్లన దానివస్త్రంబునం దర్ధంబు చించి తనకుం బరిధా
నంబు చేసికొని వెలువడి కొండొక నేలపోయి దమయంతి
యందు ఘనంబైన తననెయ్యం బనుతీఁగఁ ద్రెంపనేరక
క్రమ్మర నచ్చోటికి వచ్చి. 76

చ. కలి దమయంతిఁ బాప సమకట్టుసతిం బతి వాయనోపఁడా
లలనను దీర్ఘ సౌహృదబలంబున. నిట్టుల రెంటఁ జేసి యు
న్నలుఁడు విమోహరజ్జులఁ బెనంగి గతాగతకారి యైన ను
య్యేలయునుబోలె నూఱడక యెంతయుఁ బ్రొద్దు వినిశ్చితా
[త్ముఁడై.

తే. బాలనొక్కర్తు నిక్కాననపాలు సేసి
నిష్ఠురుండనై యేనెట్లునేర్తుఁబోవ
ననక కలిచేత నాకృష్టుఁడైన నలుఁడు
విగత కరుణుఁడై దమయంతి విడిచి చనియె. 78

వ. అంత దమయంతి మేలుకని తనపతిం గానక తనవస్త్రార్ధని
కర్తనంబునుం జూచి లేచి నలుగడలం బరికించి భయశోక
వ్యాకుల చిత్తయై. 79

సీ. హా మహారాజ మహామహీరక్షణ
దక్ష దక్షిణబాహు దండ దండి
తారాతి నిషధ రాజాగ్రణి నన్నిట్లు
వీత దయుండవై విడిచి పోవఁ

దగునె నీవెన్నఁడు ధర్మువు దప్పని
వాఁడవు సూనృతవ్రత రతుండ
వోడకుమని నన్ను నూఱడఁ బలికిన
పలుకిప్డు మఱవంగఁ బాడియయ్య

ఆ. పొదలలోన డాఁగి పొడసూప కిట్లేల
యున్నవాఁడ విట్టి యుగ్రభావ
మేల నీకునయ్యె నెటఁబోదు నిన్నెట్లు
గాంతు నింక నుగ్రకాననమున. 80

క. వగవఁగ సాంగోపాంగము
లగు నాలుగు వేదములయు నధ్యయనము పొ
ల్పుగ నొకసత్యముతో నెన
యగునే యవ్వియును బోలవఁట సత్యంబున్. 81

వ. ప్రాణ సమానవైన నిన్నవశ్యంబు విడువనని పలికితి సత్య
ప్రతిపాలనంబు సేయుము అని ప్రలాపించుచుం దనయేకా
కిత్వంబునకు నబలభావంబునకుఁ బ్రతిపదన్యాస జాయమాన
కంటక మృగ పన్నగ భయంబునకువగవక నిజనాథు నసహా
యత్వంబునకు దుస్సహ క్షుత్పిపాసా శ్రమాకులత్వం బునకు
నగచుచు. 82

క. అలయుచుఁ బులుఁగుల యెలుఁగుల
కులుకుచు నుగ్రాతపమున కోపక వృక్షం
బుల నీడల నిలుచుచు నెలుఁ
గుల బులులం జూచి భయముఁగొని వగవగచున్. 83

క. ఏచిన పొదల బడల్పడఁ
ద్రోచుచు ముండ్లకును నల్లఁ దొలఁగుచు దిక్కుల్

సూచుచుఁ దొడరుచుఁ ద్రెళ్లుచు
లేచుచు లలితాంగి సంచలించుచు నరిగెన్. 84

వ. ఇట్లరుగుచున్న దమయంతి యంతికన్యస్తచరణ యయిన దాని నాహారార్థియై యొక్కపన్నగంబువట్టికొనిన నక్కోమలి మెదలనేరక. 85

ఆ. ఇంకనైన నన్ను నేల యాలింపవు
నాకు శరణ మగుము నాథ యనుచు
నఱచుచున్న దానియాక్రందనధ్వని
వినుచు నొక్కయెఱుకు వేగవచ్చి. 86

వ. తనపట్టినసురియ నప్పెనుబాముపదనంబు వ్రయ్యం దఱిగిన రాహుయుక్త యయిన చంద్రరేఖయుంబోలె నజగర ముఖంబువలన వెలువడిన యాదమయంతి నాశ్వాసించి తత్సమీపసరోవరస్నాతను వన్యస్వాదుఫలాహారనుగాఁ జేసి సేద దీర్చి నీ వెవ్వరిదానవు ఏకతంబ యివ్వనంబున కేల వచ్చితి అని యడిగి మృదుభాషిణి యైన యమ్మగువవలన నంతవృత్తాంతంబు నెఱింగి. 87

కవిరాజవిరాజితము. రజనికరానన మేచకకుంతల
రాజిత రాజసుతన్ విలస
ద్గజపతిగామినిఁ జందనగంధిఁ బ్ర
కాశితకాంతిసమన్వితఁ బం
కజదళలోచనఁ జూచి కిరాతుఁడు
కామనిశాతశరాహతుఁడై
నిజహృదయం బెఱిఁగించె లతాంగి క
నింద్యచరిత్రకు వేడుకతోన్. 88

ఆ. అగ్నిశిఖయుఁబోలె నంటను డాయను
జూడరాని యట్టిశుభచరిత్ర
నెఱుకలేని కఱకుటెఱు కపేక్షించెఁ గా
దనక తనకు నాయు వల్ప మైన

వ. దమయంతియు వాని నలిగి చూచి యేను బతివ్రతనైతి
నేని యిద్దురాత్ముండైన కిరాతుండు మృతుం డయ్యెడు మని
శాపం బిచ్చిన వాఁ డప్పుడ యగ్నిదగ్ధం బయినవృక్షంబు
నుంబోలె విగతజీవుం డయి పడియె అట్లు పరమపతివ్రతా
త్వప్రభావంబున. 90

క. బాలహృదయమునన్నృపశా,ర్దూలునిజాధీశునిలిపిదుష్టోరగశా
ర్దూలక్రూరమృగావళి,కోలినభయమందకరిగెనుగ్రాటవిలోకా

వ. మఱియు. 92

సీ. సహకార మత్ప్రియసహకారుఁ బున్నాగ
పున్నాగుఁ దిలక భూభువనతిలకుఁ
జందన బుధహరిచందనుఁ బుష్పితా
శోక సుహృజ్జలశోకదమను
వకుళకులైకదీపకు విభీతక భయ
భీతార్తిహరు నలుఁ బ్రీతితోడఁ
గానరే కానరే కాన లోకోత్తరు
నని మ్రానిమ్రానికి నరిగి యరిగి

ఆ. యడుగు నడుగు లెండపడిఁ బురపురఁ బొక్క-
నిర్ఝరాంతరముల నిలుచుఁ బొలుచుఁ
దరులగిరులయెడల నురుగుహాగృహములఁ
దొంగి తొంగిచూచుఁ దోయజాక్షి. 93

వ. ఇట్లు దమయంతి నిజనాథు నన్వేషించుచు భీషణారణ్యం
బునం దిరుగునది ముందట. 94

మత్తకోకిల. వారిభక్షులు పర్ణభక్షులు వాయుభక్షులు శాకనీ
వారభక్షులు వృక్షమూలనివాససక్తులునై తపం
బారఁ జేయుమహామునీంద్రులయాశ్రమం బెడఁగాంచె నం
భోరుహాక్షి పురాసమార్జితపుణ్యకర్మఫలంబునన్ 95

వ. ఇట్లు మృగ వ్యాళ తస్కర కిరాత పర్వత నిరంతరం బయిన కాంతారంబునం బుణ్యానదీతీరంబునందు నొక్కమునిపల్లెయందు వసిష్ఠ వామదేవ వాలఖిల్య భృగునారద సదృశులైన మహామునులం గని నమస్కరించియున్న నమ్మునులు దమయంతిం జూచి యచ్చెరువడి యవ్వా నీవు ఎవ్వరిదానవు ఇవ్వనదేవతవే దేవభామినివే దివ్యం బైన యీ తేజంబుతో నేల క్రుమ్మరెదవు అనిన వారలకు దమయంతి యిట్లనియె. 96

క. వినుఁ డేఁ బుణ్య శ్లోకుం
డనఁగ సదాయజ్ఞనిరతుఁ డనఁగ ధరిత్రిన్
దనరిన నలుభార్యను స
జ్జననుత దమయంతి యనఁగ జాలినదానన్. 97

వ. విధికృతంబున నన్నుం బాసి హృదయేశ్వరుం డేట కేనియుం బోయినఁ దదన్వేషణాసక్తచిత్తనై విపినపరిభ్రమణంబు సేసెద ఇత్తపోవనంబు వచ్చి నలుండు భవత్పాదాభివందనకృతార్థుం డయి యెక్కడకుం బోయె అతని పోయిన పల నెఱుంగు రేని యానతిండు కొన్ని దినంబులలోనఁ

దద్దర్శనంబు సంభవిల్లనినాఁడు దేహంబు విడుతును అని
యేడ్చుచున్నదానిం జూచి కరుణించి ముని లిట్లనిరి. 98

క. వనజాయతాక్షి కతిపయ
దినములఁ జూడంగఁ గాంతు దివిరి నలుని భూ
జననుతు నెప్పటియట్టుల
తనపురమున రాజ్యలీలఁ దనరెడువానిన్. 99

వ. మేము తపోదృష్టిం జూచితిమి దుఃఖింపకుండుము అని తాప
సులు తమయగ్నిహోత్రంబులతో నపార ఫల పుష్ప తరు
నదీ రమ్యతపోవనంబులతోఁ వా రందఱు నదృశ్యులైనం
జూచి దమయంతి యిది కలయో నిక్కువంబో యని విస్మ
యం బందుచుం జని ముందట నొక్కచనుపఁ గని దానిం
జూచునప్పు డందలి జనంబులు. 100

సీ. పాంసుజాలంబు పైఁ బ్రాకినఁ గరమురూ
క్షము లగు నూర్ధ్వాలకములదాని
నతిమలినం బైనయర్ధవస్త్రంబున
నావృతం బగుదేహయష్టిదాని
నాఁకలి తృష నిద్ర యనువాని నెఱుఁగక
యున్మాదినియుఁ బోలె నున్నదాని
దమయంతిఁ జూచి కొందఱు పిశాచం బని
పఱచిరి కొందఱు భయముఁ బొంది

ఆ. రందుఁ గొంద ఱధికహాసంబు సేసిరి
యడవి నేమి రోసె దనిరి కొంద
ఱవ్వ నీవు వేల్ప వౌ దని కొందఱు
మొగిన కేలు మొగిచి మ్రొక్కి రంత. 101

వ. దమయంతియు సార్థవాహులం జూచి యిమ్మహాగహనం
బున నిట్టి జనసంకులంబైన సార్థంబు గానంబడియె ఎట్టి
పుణ్యంబో యనుచు వారల కి ట్లనియె. 102

క. ఏను నలుభార్యఁ బుణ్యవి
హీనతఁ బతిఁ బాసి నవసి యేకాంతమ యీ
కానలఁ బరిభ్రమించెదఁ
గానరె మీ రమరసదృశుఁ గరుణాత్ము నలున్. 103

వ. అనిన దమయంతి కాసార్థవాహాధ్యక్షుండు శుచి యనువాఁ
డి ట్లనియె. 104

క. నలుఁ గాన మివ్వనంబునఁ
గల వెప్పుడుఁ గాంతు ముగ్రకరులను సింహం
బుల బృక్షంబుల నిది మ
ర్త్యుల కవిషయ మాతపంబు దూరదు దీనన్.

వ. అనిన నిచ్చనుప యెటఁ బోయెదు నని యడిగిన నిది చేది
పతియైన సుబాహుపురంబునకుం బోయెదు నని చెప్పిన
నట్లేని యేనుమీతోడ వచ్చెదనని పరమపతివ్రత పతిదర్శన
లాలసయై మునులపలుకులు దలంచుచు సార్థవాహసమూ
హంబుతోడ నరిగిన. 106

క. కనునెండ యెక్కునంతకు
నుడుగక యచ్చనుప నడచి యుగ్రాటవిలో
విడిసె బహుశీతజలముల
బెడఁ గగునొకచెఱువు నొద్దఁ బెద్దయు డప్పిన్. 107

వ. అంత. 108

సీ. అర్ధరాత్రము నప్పు డందుల కేతెంచె
గజయూథములు జలకాంక్షఁ జేసి
యంబుధివిమలజలంబు లాస్వాదింపఁ
జనుదెంచు జలధరసమితియట్లు
చనుపలో నిద్రావసక్తులై యున్నవా
రున్న తద్విపములయుగ్రపాద
హతిఁ జేసి మర్దితు లైరి కొందఱు దంత
హతిఁ జేసి భిన్నాంగు లైరి కొంద
ఆ. ఱఱచి ప్రాణభీతిఁ బఱచి మహీజంబు
లెక్కి రందుఁ గొంద ఱుక్కడంగి
చనుప యిట్టిపాటఁ బెనుపఱె యవినీతు
సిరియుపోలె నడఁగి విరిసి చెడియె. 109

వ. అట్టిసంక్షోభంబున మరణంబునకుఁ దప్పి దమయంతి యా
త్మగతంబున.

ఆ. జీవితార్థు లైనజీవుల సుఖసుపు
లైనవారిఁ జంపె నఱవ నఱవ
మరణకాంక్ష నున్న మగువఁ జంపఁగ నను
మఱచె విధి కరంబు మందబుద్ధి. 111

సీ. ఇచ్చన్పతోఁ జని యివ్వనక్లేశంబుఁ
దలఁగుదు నని బుద్ధిఁ దలఁచి యున్న
నురుతర సార్థపయోరాశిహస్తియూ
థాగస్త్యుచేఁ బీత మయ్యె నదియుఁ
దొలుమేనఁ జేసిన దుష్కృతశక్తియో
నగవంగ నాస్వయంవరము నాఁడు

సురవరు లర్థులై చూచుచు నుండంగ
నలు వరియించిన నాఁటి యెగ్గుఁ

ఆ. దలఁచి యిట్టియాపదలు సేసిరో వేల్పు
లమర కోపమునన యయ్యొ నాకు
నీవియోగ దుఃఖ మింకేమి సేయుదు
ననుచు వగచుచుండె నంబుజాక్షి. 112

వ. ఇట్లు దుఃఖించుచు దమయంతి ప్రభాతంబైన హతశేషు
లయినవారలతో ననవరతప్రయాణంబులం జేదిపతిపురంబు
సొచ్చి జనసంకులం బయిన రాజమార్గంబుఁ దఱియవచ్చు
చున్నదాని దినకరప్రభాపటల ధూసరంబయిన దివాతనచం
ద్రరేఖయుంబోలె దీప్తివిహీన యై డస్సియు రమ్యాకృతి
యైనదానిం బ్రాసాదతలగత యైన రాజమాత యాదమ
యంతిని దవ్వులం గని తనదాది కిట్లనియె. 113

తే. జీర్ణ మై కడుమాసినచీరఁ గట్టి
ధూళిధూసరాలకములు దూలుచుండ
నబల యున్మత్తవేషిణి యైనలచ్చి
కరణి నిట వచ్చుచున్నది కంటె దాని. 114

వ. అక్కోమలియందు నా కతిస్నేహం బైనయది దానిం దో
డ్కొని రమ్మనిన నదియు దమయంతిం దోడ్కొని రాజ
మాతయొద్దకుం జనిన రాజమాతయు దానిం జూచి నీ వె
వ్వరిదానవు ఇట్లేల దుఃఖావేశవివశవయి యున్నదానవు
చెప్పు మనిన దమయంతి యి ట్లనియె. 115

మధ్యాక్కర. జితవైరి మత్పతి జూదమాడి నిర్జితుఁడయి చనినఁ
బతితోడ నీడయుఁబోలె నేనును బాయక యరిగి

యతిబుభుక్షాతురుం డైనపతిచేత నవ్వైదైవాను
మతిఁ జేసి వంచిత నైతి నొక్కచో మఱచి నిద్రించి. 116

వ. అంత నుండియు నమ్మహానుభావు నేకవస్త్రు నతిమనోహరు నన్వేషించుచు సైరంధ్రీవ్రతంబుఁ జేకొని వియోగానలంబు నం గంది కందమూలఫలంబుల యాహారంబుగాఁ బొద్దు వడినచోట నివాసంబుగా మృగంబుల సహాయంబుగా వనం బునంబరిభ్రమించెదనని బాష్పజలంబుల నురస్స్థలపరాగంబు పంకంబు సేయుచుఁ బలుక కున్న నాదమయంతికి రాజ మాత యి ట్లనియె. 117

క. నీవుండుము నాకడ నిం,దీవరదళనేత్రనీపతిని రోయఁగ భూ
దేవో త్తములంబనిచెద,నావుడునిట్లనియెభీమనందననెమ్మిన్.

వ. ఏను సైరంధ్రీవ్రతంబు చేకొనియుండెద ఉచ్ఛిష్టంబు భుజి యింపను పదధావనంబు సేయను. పరపురుషులతోఁ బలుక నేవ పతినన్వేషించుపొంటె నరిగెడు బ్రాహ్మణులతోఁ బలుకుదు. అట్లయిన నీయొద్ద నుండుదు. ఒండువిధంబైన నుండనేర ననిన రాజమాత సంతసిల్లి నీ కిష్టంబైనవిధంబున నాయొద్ద నుండుము. అని దాని నతిగౌరవంబునం జేకొని యుండఁ దనకూఁతు సునంద యనుదాని సమర్పించిన.119

క. అలయకపుణ్యవ్రతములు
సలుపుచు సైరంధ్రి యనఁగఁ జైద్యేశుపురి
స్నలుదేవి యుండె నెదఁ బతిఁ
దలఁచుచు దుస్సహవియోగతాపార్ణితయై. 120

వ. అట నలుండు దమయంతిం బాసి దారుణారణ్యంబులో నరుగువాఁడు ముందట. 121

చ. అవిరళవిస్ఫులింగనివహంబుల నభ్రపథంబు నంటుచున్
దవదహనం బుదగ్రతరుదాహము సేయుచునున్నఁ జూచిమా
నవపతి దాని యంతరమున న్వినియె న్నరనాథ నన్ను గా
రవమున వేగ కావనిట రమ్మనునార్తమహానినాదమున్.

క. విని శంకింపక చెచ్చెర
ననఘుం డత్యుగ్రతరదవానలమధ్యం
బున కరిగి కనియె దీనా
ననుఁ గుండలితాంగు నొక్కనాగకుమారున్. 123

వ. అన్నాగకుమారుండును నలునకుం గృతాంజలియై యేను
గర్కోటకుం డనువాఁడఁ గర్మవశంబున నొక్కబ్రహ్మఋషి
నుల్లంఘించి తచ్ఛాపంబున నెక్కడం గదలనేరకున్నవాఁడ.

క. నాలుగుదెసలను దావ
జ్వాలావళి గవిసె నుండి చా నోప మహీ
పాలక న న్నొకసరసీ
కూలముఁ జేరంగ నెత్తికొనిపొమ్ము దయన్. 125

వ. నన్ను రక్షించిన నీకుం బ్రియంబుసేయనోపుదు అనిన వాని
నెత్తికొనిపోవం జులుకనై యంగుష్ఠమాత్రశరీరుండై యున్న
నెత్తికొని నలుం డతిత్వరితగతినరిగి దావవర్జితంబైనయొక్క
సరోవరసమీపంబున విడువంబోయిన నింకను బదియడుగు
లరుగుము నీకు శ్రేయఃప్రాప్తిఁ జేసెద ననిన నడుగు లెన్ని
కొనుచుం బోయి పదియవయడుగున నప్పాముచేత దష్టుండై
తనరూపంబు విడిచి వికృతరూపంబుతో నున్నయన్నలునకుఁ
గర్కోటకుం డాత్మరూపంబుఁ జూపి యి ట్లనియె. అయ్యా
నీవు నాచేత విషపీడితుండ నైతి నని దుఃఖింపవలదు ని

న్నోరు లెఱింగిన నెగ్గగుంగావున వికృతశరీరుం జేసితి. ఎంత కాలంబు నీశరీరంబున నావిషం బుండునంతకాలంబును నీకు విషోరగ రాక్షసపిశాచశత్రునివహంబువలనిభయంబు లేదు. సర్వసంగ్రామజయంబును భార్యాసంగమంబును నెప్పటియట్ల రాజ్యవిభవంబు నగు నీ కెప్పుడేనినిజరూపంబు సేకొననిష్టం బగు నప్పుడ నన్నుఁ దలంపుము. ఈవస్త్రంబు నీయొద్దకు వచ్చు. దీనిధరియించుడు నిజరూపప్రాప్తియగునని వరంబిచ్చి వెండియు నిట్లనియె. 126

మధ్యాక్కర.

ఇలఁ బ్రసిద్ధుఁడు ఋతుపర్ణుఁ డనెడుమహీశుఁ డిక్ష్వాకు
కులజుండు నీకు సేవ్యుఁడగు నాతనిఁ గొలిచి యందుండు
మలయ కీ వతనికి నశ్వహృదయాఖ్య మగువిద్య యిచ్చి
వెలయ నతనిచేత నక్షహృదయ మన్విద్యఁ జేకొనుము. 127

వ. మఱియు బాహుకుం డనునామంబుతో సూతవృత్తి నుండుము అని హితోపదేశంబు సేసి కర్కోటకుం డదృశ్యుం డైన దద్వచనంబున నలుం డయోధ్యాపురంబునకుం జని ఋతుపర్ణునిం గని యేను బాహుకుం డనువాఁడ అశ్వశిక్ష యందుఁ గుశలుండ అన్నసంస్కారంబును శిల్పంబులు పెక్కులు రచియింప నేర్తు. భవత్సేవార్థినై వచ్చితి. అనిన వానికి ఋతుపర్ణుం డి ట్లనియె. 128

క. నాయొద్ద నుండెదేని మ
దీయరథాశ్వములగమనధృతి శీఘ్రముగాఁ
జేయుము నావుడు నట్టుల
చేయుదు నని నలుఁడు వాని సేవించె మదిన్. 129

వ. ఇట్లు ఋతుపర్ణునొద్ద నశ్వాధ్యక్షుండై దుష్టాశ్వంబుల వశ
గతంబులఁ జేయుచు నశ్వవరంబుల నారోహణంబుల శిక్షిం
చుచు రసవంతంబుగ నన్నసంస్కారంబు సేయుచు ఋతుపర్ణు
చేత నియుక్తులైన వార్ష్ణేయజీవలులు దనకు సహాయులు
గాఁ బ్రచ్ఛన్నుండై యుండి యొక్కనాఁ డేకాంతంబున
దమయంతిం దలపోసి దనలోఁ దలంచి. 130

సీ. ఇభరాజగమన నీ వెందుల కరిగితి
వుడురాజవదన యెం దున్నదాన
వబల యెవ్వరిచేత నడవులలోఁ బట్టు
వడి తశనాపేక్షఁ బఱచుచున్న
యుగ్రమృగంబుల యుదరంబులో నున్న
దానవే నీతల్లిదండ్రులకడ
ధృతి నున్నదానవే దేశాంతరంబుల
నున్నదానవె యంచు నుదితమదన
ఆ. హతివిమోహితాత్ముఁడై హృదయేశ్వరిఁ
దలఁచి రాత్రియెల్లఁ దాపమునను
నిద్ర లేక వంది నిట్టూర్పు లూర్చుచు
నుండె నలుఁడు శోకముత్కటముగ. 131

వ. అతని ప్రలాపంబు విని జీవలుం డాత్మగతంబున. 132

క. అఱపొఱడుఁ గుఱుచచేతులు
నొఱవశరీరంబుఁ గలిగి యొరులకుఁ జూడ్కి
గొఱగా కుండియు మన్మథు
నొఱపులఁ బడియెడు నితండు యువతీప్రియుఁడై. 133

వ. వీనిచేతఁ దలంపఁబడియెడువనిత వీనికంటె లెస్సగాకున్నె

యనుచు బాహుకునొద్దకు వచ్చి నీతలంచుచున్న భార్యకు
నీకు నేల వియోగం బయ్యె నని యడిగిన బాహుకుం డి
ట్లనియె. 134

ఆ. నన్ను జూచి నగరె నలినాక్షి నాకేల
విప్రయోగ మేల వినవె తొల్లి
యేలయో యెఱుంగ నేను మందప్రజ్ఞుఁ
డనుభటుండు దనలతాంగిఁ బాసి. 135

వ. దాని నన్వేషించి యెందునుం గానక ప్రలాపించినం దత్ప్ర
కారం బే ననుకరించితినని చెప్పి యి ట్లయోధ్యాపురంబున
బాహుకనామంబుతోఁ బ్రచ్ఛన్నుం డై నలుం డుండెనంత
నట విదర్భేశ్వరుండు నలురాజ్యభ్రంశంబు విని కూఁతురు
నల్లుండు నెటఁ బోయిరో యెట్లున్నవారో యని శోకించి.

క. వారల రోయఁగఁ బంచె న
పారబలుఁ డిష్టు లైనబ్రాహ్మణుల సదా
చారుల విద్వాంసుల స
త్కారంబులఁ దనిపి వారిఁ గడునెయ్యముతోన్. 137

వ. మఱియు నలదమయంతు లున్నచో టెఱింగి వచ్చినవారికి
వేయిగద్యాణంబు లిత్తు ననియు వారలం దోడ్కొనివచ్చు
వారికి గోసహస్రంబులు నగ్రహారంబులు నిత్తుననియుఁ
బలికి పంచిన. 138

క. జగతీచక్రమునం గల
నగరమహాగ్రామపక్కణంబులు గలయన్
జగతీదేవోత్తము లి
మ్ముగ రోసిరి నిఖిలదేశముల కరిగి వడిన్. 139

వ. అందును దేవుండను బ్రాహ్మణుండు చేదిపతియైన సుబాహు
పురంబునకుం జని పుణ్యాహవాచనంబు సేయింపం బోవు
బ్రాహ్మణులతో రాజగృహంబు సొచ్చి యంతఃపురంబున
సునందసహితయై యున్నదాని ధూళిధూసరయై ధూమ
జాలనిబద్ధయైన యగ్నిప్రభయునుం బోలె నీలాభ్రసంవృతం
బైన చంద్రరేఖయుంబోలె బహుపంకవిమగ్నయైనమృణాళి
యుంబోలె నేర్పడకున్నను దదీయ భ్రూయుగ్మ మధ్యగతం
బైనసూక్ష్మలక్షణంబిమ్ముగా నిరీక్షించి దమయంతిగ నెఱింగి
యాత్మగతంబున నిదిపతివియుక్తయై శుష్కప్రవాహంబైన
నదియునుం బోలె శూన్య కమలంబైన నళినియునుంబోలె
నొప్పకుండియుఁ దనపతివ్రతాత్వంబున నొప్పుచున్నది. 140

తే. అనపహార్యంబుఁ దేజోమయంబు సర్వ
గుణములకు నలంకారంబు గురుతరంబు
భామలకుఁ బతిభక్తియ పరమమైన
భూషణం బిట్టివే పెఱభూషణములు. R-C 141

వ. రోహిణికిం జంద్రసమాగమంబునుం బోలె దీనికి భర్తృ
సమాగమం బెన్నండయ్యెడునో తుల్యశీల వయోరూపాభి
జాత్యులైన నలదమయంతులొక్కట నుండంజూచి విదర్భే
శ్వరుం డెన్నండు కృతార్థుం డయ్యెడునో యంచునల్లన
దమయంతి కిట్లనియె. 142

తే. అవ్వ నీతల్లిదండ్రుల కాత్మజులకు
బంధుజనులకుఁ గుశలంబు భామనీదు
కుశల మెఱుఁగునంతకు వగఁగూరి వగచు
చున్నవారు వారలవంత యుడగునింక. 143

వ. దేవీ యేనుభవద్భ్రాతృసఖుండ సుదేవుం డనుబ్రాహ్మణుండ విదర్భేశ్వరుండు నీయున్నచో టెఱుంగం బెక్కండ్రు బ్రాహ్మణులం బుచ్చిన నే నిందులకు వచ్చి నాపుణ్యంబున నిన్ను గంటి ననిన దమయంతి వాని నెఱింగి తన తల్లిదండ్రుల బాంధవులం బ్రత్యేకంబ యడిగి యశ్రుజలంబు లురుల నేడ్చుచున్నం జూచి యేలకో యిప్పుడు సైరంధ్రి యేడ్చుచున్నయది యని సునంద రాజమాతకుం జెప్పి పుచ్చిన. 144

క. చనుదెంచె నంతిపురమున
వనితానివహంబుతోడ వారిజదళలో
చన రాజమాత నృపనం
దన యగు దమయంతి కడకుఁ దద్దయు వేడ్కన్. 145

వ. ఇట్లు వచ్చి తమలో మాటలాడుచున్న బ్రాహ్మణునిం దమయంతిం జూచి రాజమాత బ్రాహ్మణున కిట్లనియె అయ్యా యిది యెవ్వనికూఁతురు? ఎవ్వనిభార్య? ఏమికారణంబునఁ దనభర్తను బాంధవులనుం బాసి పుణ్యవ్రతంబులు సలుపుచున్నయది. దీని నీ వెట్లెఱింగితి విక్కోమలినామం బేమి యని యడిగిన సుదేవుం డి ట్లనియె. 146

మధ్యాక్కర. నలినాక్షి యిది విదర్భేశుతనయ పుణ్యశ్లోకుఁడైన
నలుదేవి దమయంతి సుమ్ము విధికారణంబున రాజ్య
చలితుఁడై నిజనాథుఁ డరుగఁ దోడన చనె ననువార్త
వెలయంగవిని వారిరోయఁ బంచెభూవిభుఁడుబ్రాహ్మణు ల

వ. ఏ నిందులకు వచ్చి మీచేత సురక్షిత యై యున్న యిక్కోమలిం జూచి భ్రూమధ్యంబునం బద్మనిభం బై విభూత్య

ర్థంబుగా విధాతృనిర్మితం బైనపుణ్యాలక్షణంబు పాంసుపట
లచ్ఛన్నం బయియున్న నుపలక్షించి రాజపుత్త్రింగా నెఱిం
గితి ననిన సునంద శుద్ధోదకంబుల దాని భ్రూమధ్యంబుగడి
గిన నదివిస్పష్టంబగుడు నందఱు నాశ్చర్యం బందిరంత. 148

సీ. ఆనందభరితాత్మయై రాజమాత య
 క్కమలాక్షిఁ బ్రీతితోఁ గౌఁగిలించి
కొని తల్లి నీవు నాకూఁతుర వేను నీ
 జననియుఁ బేర్మి దశార్ణరాజు
తనయల మదియు విదర్భేశుసతి యయ్యో
 నే వీరబాహున కింతి నైతి
ననిన సయ్యువ్వకు నతివినయంబుతో
 నలుదేవి మ్రొక్కి సునంద నెత్తి

ఆ. కొని కరంబు నెమ్మిఁ గొన్నిదినంబు లం
దుండి యిట్టులనియె నొక్కనాఁడు
దేవి యిదియు నదియు ధృతినాకుఁ బుట్టిన
యిండ్ల కడుసుఖంబ యిందు నందు. 149

వ. అయినను దల్లిదండ్రుల ననుజుల నాత్మజులంజూచెడు వేడ్క
యుల్లంబునం బుట్టినయది. విదర్భకుంబోయెద నానతిమ్మని
కృతాంజలియైన దమయంతి నతిస్నేహంబున సుబాహు
జనని సుత ప్రేషితంబులతో స్వర్ణరత్నమయ యానంబున
నునిచి పుచ్చిన. 150

ఉ. భామవిదర్భకేఁగి తనబంధుజనంబుల యొద్దనుండియుఁ
గోమల దేహసౌఖ్యమునకు న్వొలియై మలినార్ధ వస్త్రముఁ

భూమిరజంబు నంగమునఁ బొల్పగుచుండఁగ నుండె జీవిత
స్వామిని జేరఁజూచు దివసంబులు గోరుచుసువ్రతంబుతోఁ.

వ. అట్లు భర్తృవియోగాతురయైన దమయంతి ప్రాణంబుభరి
యింపనోపక యొక్కనాఁ డేకాంతంబునఁ దనజనని కిట్ల
నియె. 152

క. శోకాపనోదిఁ బుణ్య
శ్లోకు నలుని రోయఁ బనుపు శుభచరితుఁ దదా
లోకన విహీననై పర
లోక కృతావాస నగుదు లోకంబెఱుఁగన్. 153

వ. అనిన నదియును గూఁతు నభిప్రాయంబు భీమున కెరిం
చిన నాతండు నలుమార్గణంబున ఋజుమార్గులైన బ్రాహ్మ
ణుల నియోగించినం దనపతి నన్వేషింప నరుగుబ్రాహ్మణు
లకు దమయంతి యిట్లనియె. 154

ఆ. నైషధేశ్వరుండు నలుఁ డిప్పు డసమర్థుఁ
డగుటఁ జేసి తన్ను నన్యు లెఱుఁగ
కుండ నుండుఁ గాననురు సభాంతరముల
కరిగి యరిగి యిట్లు లనుఁడు మీరు. 155

సీ. సత్యనిత్యుండవు సతి నింతి వర్జించి
దానివస్త్రార్థంబుఁ దఱిగి నీవు
పరిధానముగఁ జేసి పాడియే పోవంగ
భార్య భర్తయు నాఁగఁ బరఁగు ధర్మ
మది మిథ్య యయ్యె నీయందు నీ కిట్టి ని
ర్దయబుద్ధి చేకొనఁ దగునె యిట్టి
సాధ్వికిఁ గరుణాప్రసన్నుండ వగు మని
యెల్లచోఁ బలికిన నెవ్వఁడేని

ఆ. పలుకుఁ బడఁగ నోడి ప్రతివచనంబిచ్చు
నతఁడ నలుఁడు గాఁగ నతిముదమున
నెఱిఁగి తన్ను నతని కెఱిఁగించి తోడ్కొని
రండు రానినాఁడురం డెఱింగి. 156

వ. అని పంచినం బనిపూని బ్రాహ్మణులు దమయంతికఱపిన పలుకు లెల్ల సకలదేశాధీశసభలం బలికి యొందునుం గానక వచ్చిరి. అందుఁ బర్ణాదుం డనుబ్రాహ్మణుండు దమయంతి కి ట్లనియె. నే నయోధ్యకరిగి నీకఱపిన పలుకు లెల్ల ఋతుపర్ణుసభం బలికిన నొక్కపురుషుండు కుఱుచచేతులవాఁడు ఋతుపర్ణునొద్ద నూఱుగద్యాణంబుల జీవితంబు వాఁడు శీఘ్రయానకుశలుండు సూపక్రియానిపుణుండు విరూపాంగుండు బాహుకుం డనునశ్వశిక్షకుండు విని నన్ను నేకాంతంబునకుం బిలిచి వెలవెల నగుచుదీర్ఘనిశ్శ్వాసపురస్సరంబుగా ని ట్లనియె. 157

ఆ. పురుషునందు దోషపుంజంబు గలిగిన
నెఱిఁగి యెద సహించునేని భార్య
పురుషునం దభీష్టభోగంబు దేహాంత
రంబునందు ధర్మరతియుఁ బడయు 158

వ. అని యొం డెద్దియుం బలుకక తననివాసంబునకుఁ బోయె నని చెప్పిన విని పెద్దయుం బ్రొద్దు చింతించి నలుండు కాని వాఁడు ప్రతివచనం బేల యిచ్చు నింకను వలనువారలం బంచియాతని నిమ్ముగా నెఱుంగవలయునని జననీ జనకుల యనుమతంబున సుదేవు రావించి వానికిట్లనియె. 159

క. నన్నెఱిఁగి తెచ్చినట్ల జ
గన్నుతు నలు నెఱిఁగి తెమ్ము కౌశలమున వి
ద్వన్నాథ సర్వగుణ సం
పన్నుండవు నీవ యెందుఁ బరికింపంగన్. 160

క. అరుగు మయోధ్యకు దేశాం
తర విప్రుఁడవై రవిప్రతాపోన్నతు ను
త్తర కోసలేశు భాంగా
సరినిం గను మనఘు సమరసము ఋతుపర్ణున్. 161

వ. మఱియు విదర్భావిభుండగు భీముండు నలు రోయం బంచి యెందునుంగానక దమయంతికి ద్వితీయస్వయంవరంబు రచియింపం బూనిన నందులకు భూవలయంబునం గలరాజు లెల్లరును బోయెదరని యతి త్వరితంబుగా ఋతుపర్ణునకుం జెప్పుము అని పంచిన సుదేవుం డయోధ్యా నగరంబునకుంబోయి ఋతుపర్ణుంగాంచి విదర్భాపురంబున దమయంతీ ద్వితీయ స్వయంవరం బెల్లి యయ్యెడు నని చెప్పిన విని ఋతుపర్ణుండు బాహుకుం జూచి నాకు దమయంతీ ద్వితీయస్వయంవరంబు చూడ నొక్కనాఁడ విదర్భకుం బోవలయు నీయశ్వనైపుణ్యంబుఁ బ్రకాశింపం జేయుము. అనిన నట్ల చేయుదునని నలుండు దన మనంబున దుఃఖించి.

ఆ. అడవిఁ దన్నుఁబాసి యరిగిన నలిగి కా
కున్నె నిట్లుచేయ నువిద గడఁగె
నిట్లయేని కూర్తురింతులు మాకని
విశ్వసించువారు వెడఁగు లెందు. 163

ఆ. సాధ్వి నాకుఁ గూర్చు సంతతి కలయది
చెలువ యిట్టులేల చేయు నైన
నెఱుఁగవలయు నేని నే ఋతుపర్ణుతోఁ
బోదు నని నలుండు బుద్ధిఁ దలఁచి. 164

వ. తొల్లివార్ష్ణేయుండు దెచ్చిన తనరథంబునందు హయంబుల నాలక్ష్యమాణశుభలక్షణంబులు వాయువేగంబులు నయిన వానిఁ బూన్చికొని వచ్చి ఋతుపర్ణుం డారథం బెక్కు నప్పుడు హయంబులు మ్రొగ్గినం జూచి యిప్పేద గుఱ్ఱంబు లతిదూరం బెట్టు పోవనోపు నొండు గుఱ్ఱంబులం బూన్పు మనిన బాహుకుం డిట్లనియె. 165

క. అవనీశ యీహయంబులు
పవనగతిం బఱచుఁ బ్రొద్దువడకుండఁగ నే
డ విదర్భకు ననవుడు విని
కువలయపతి మెచ్చి బాహుకున కిట్లనియెన్. 166

వ. అట్లయిన నీహయతత్త్వ కౌశలం బెఱింగి నీకు నభిమతంబొ నరింతునని రథంబెక్కి బాహుకవార్ష్ణేయ సహితుండయి యరుగు వాఁడు. 167

మధ్యాక్కర. ఎదురను దవ్వులఁ జూచినపొడవులెల్లఁ దక్షణమ
కదియఁగా నవ్వి యెంతయును దవ్వాయి కనఁబడఁ బెఱఁద
నిది దినేశ్వరు రథమో యసూరుఁడో యితఁడంచు నపుడు
హృదయమునను గడు విస్మయం బందె నిక్ష్వాకు కులుఁడు.

వ. వార్ష్ణేయుండును విస్మయంబు నొంది తనమనంబున. 169

క. ఈతండు శాలిహోత్రుఁడో
మాతలియో నలుఁడొ యొరులు మానవులు జవో

పేతముగ నిట్లు రథహయ
నీతి యెఱుంగుదురె ధారుణీవలయమునన్. 170

వ. వయోవిద్యావైభవంబుల నితండు నలుంబోలెడి వికృతరూపధరుండైన కారణంబేమియొ మహాపురుషులు దేవయుక్తలై ప్రచ్ఛన్నవృత్తి నుండుదురు వారి నెఱుంగంబోలునె అనుచుఁ జనునప్పుడు ఋతుపర్ణుండు దనయుత్తరీయంబు జాఱి భూతలంబునం బడిన మరలి చూచి బాహుకా వార్ష్ణేయుండుపోయి యుత్తరీయంబుఁ దెచ్చునంతకు రథగమనం బించుక మందంబు సేయు మనిన బాహుకుండునగి నీయుత్తరీయంబు వడినయెడ యిచ్చోటికి నొక్కయోజననంబుగలదు వార్ష్ణేయుం డెట్లు దేనేర్చునని రథగమనవేగమాహాత్మ్యంబు సెప్పుచు ననేక దేశంబులు గడచి చన నొక్కయెడ నగణ్యపర్ణఫలశాఖాలంకృతం బైనవిభీతకవృక్షంబుఁ గని ఋతుపర్ణుండు బాహుకున కిట్లనియె. 171

ఆ. ఎల్లవారు నెఱుఁగ రెల్లవానిని భిన్న
విషయు లెల్లవారు విద్యలందుఁ
దొలఁగ కే నెఱుంగుదును దృష్టిమాత్రిన
సకల మైనవస్తుచయముసంఖ్య. 172

వ. ఇవ్విభీతకంబున ఫలపర్ణసముదాయసంఖ్యఁ జెప్పెద వినుము. ఈరెండుశాఖలం గలపర్ణఫలంబులు పదివేలునొక్కండు తక్కినశాఖలం గలయవి రెండువేలుందొంబదేను అనిన బాహుకుండు విని వీని నెన్ని కానినిశ్చయింపనేర నని రథంబు నిలిపి యావృక్షం బాక్షణంబ యురులంద్రోచి

యయ్యైశాఖల యాకులుఁ బండులు నెన్నిన ఋతుపర్ణుఁడు
సెప్పిన యన్నియు నైన నచ్చెరువడి యవ్విద్య నాకుపదే
శింపవలయు నని యడిగిన ఋతుపర్ణుం డిట్లనియె. 173

క. ఇది యక్షహృదయ మనఁగా
విదితంబగు విద్య దీని విధ్యుక్తముగా
మది నెఱుఁగు నరుఁడు సంఖ్యా
విదుఁడగు దుష్కృత కళంక విషముక్తుఁ డగున్. 174

చ. సకల గుణప్రసిద్ధుఁడగు సర్వహితుండగుఁజూవె యంచు బా
హుకునకుఁ బ్రీతితోడ విధియుక్తముగా నుపదేశమిచ్చె న
త్యకుటిలబుద్ధి నక్షహృదయంబు కరంబు రయంబుతో విద
ర్భకుఁజను వేడ్కఁ జేసి ఋతుపర్ణుఁడు పూర్ణమనఃప్రసన్నుఁడై.

వ. ఇట్లు నలుండు ఋతుపర్ణుచేత నక్షహృదయంబుఁ బడసి సం
తుష్టుండయి నీకు నశ్వహృదయంబిచ్చెదఁ బరిగ్రహింపుము.
అనిన ఋతుపర్ణుం డట్ల చేసెద అంతకు నీయందయుం
డనిమ్ము అది నావలచినప్పుడ చేకొనియెద ననియె. అంత
నయ్యక్షహృదయ సామర్థ్యంబున నప్పుడ. 176

క. నలుఁ దొల్లి యాక్రమించిన
కలి కర్కోటక విషంబుఁ గ్రక్కుచు నొడలన్
వెలువడి నలునకు విహితాం
జలియై తన్నెఱుఁగఁజెప్పెఁ జంచలుఁ డగుచున్. 177

ఆ. వానిఁజూచి నలుఁడు దానల్గి శాప మీ
నున్నఁ గలివెఱింగి నిన్నుఁ బొంది
యహి విషంబుచేత ననయంబు దగ్ధుండ
నైతి నింకనాకు ననఘ సైఁపు. 178

వ. నిన్నుఁ గీర్తించిన జనులు నావలని భయంబుఁ బొందరు. నా
కుం గరుణింపుము అనిన నలుండు కోపం బుడిగె కలియు
నవ్విభీతకవృక్షంబు నాశ్రయించె. అది మొదలుగా నవ్వి
భీతకం బప్రశస్తంబయ్యె అట్లు నలుండు వికృతరూపమా
త్రంబుదక్క దక్కినదుష్కృతంబులవలన విముక్తుం డయి
రథంబెక్కి యతివేగంబున ఋతుపర్ణవార్ష్ణేయసహితుం డై
విదర్భకుం జనియె అంత సాయాహ్నంబున. 179

క. మానుగ ఋతుపర్ణుఁడు భీ
మానుజ్ఞాతుఁ డయి చొచ్చెనాప్రోలు రథ
ధ్వానంబు మ్రోయుచుండఁగ
నానాదిఙ్ముఖములను ఘనధ్వనిపోలెన్. 180

సీ. దమయంతి యారథధ్వని విని యిది నలు
రథఘోషమని యనురాగ మొంది
నలు నిషధేశుఁ బుణ్యశ్లోకు లోకోప
కారకుఁ జూడంగఁగంటి ననుచు
ఘనభుజుఁ జూడంగఁ గాననినాఁడుఁ ద
ద్భుజపరిరంభణమునను సుఖము
బడయనినాఁడును బ్రాణముల్ విడుతు నే
నని తలంచుచుఁ గమలాయతాక్షి.

ఆ. యారథాధినాథుఁ డై వచ్చు ఋతుపర్ణుఁ
జూచి యప్పు డధికశోకతప్త
యగుచు నుండెనంత నాఋతుపర్ణుండు
భీముఁ గానవచ్చెఁ బ్రియముతోడ. 181

వ. భీముండును వానిం బూజించి యొక్కరమ్యహర్మ్యంబున

విడియించిన ఋతుపర్ణుం డప్పురంబున స్వయంవరం బను
శబ్దంబు వినం గానక యాత్మగతంబున. 182

క. ధరణిఁ గలరాజు లిం దె
వ్వరు వచ్చినవారు లేరు వైదర్భి యొరుఁ
వరియింప నంత ధర్మే
తరచరితయొ యనుచు నుండెఁ దద్దయు లజ్జన్. 183

వ. బాహుకుండును రథశాల రథాశ్వంబుల బంధించి రథ
సమీపంబున విశ్రమించియుండునంత దమయంతి బాహుక
వార్ష్ణేయులతోఁడ వచ్చిన ఋతుపర్ణుం జూచి విఫలమనోరథ
యై యుండనోపక కేశిని యనుదానిం బిలిచి ఋతుపర్ణు
నయోధ్యాపతింగా వార్ష్ణేయు సూతపుత్త్రుంగా నెఱింగితి
బాహుకుం డనువాఁ డెవ్వండో వానియందు నాహృద
యంబు కరంబు ముదితం బగుచున్నయది మనపర్ణాదు
నకుఁ బ్రతివచనం బిచ్చినవాఁడు వాఁడకావలయు వాని
కడకుం బోయి యెఱింగి రమ్మని పంపిన నదివోయి బాహు
కుం గని దమయంతి నీకుశలం బడుగఁ బుత్తెంచె ఇందుల
కేమికారణంబున వచ్చితిరి అనిన దానికి బాహుకుం
డిట్లనియె. 184

క. ప్రియమున దమయంతి పున
స్స్వయంవరము సేయఁ గడఁగి సకలక్షత్త్రా
న్వయవీరుల రావించిన
నయనిధి ఋతుపర్ణుఁ డొక్కనాఁటన వేడ్కన్. 185

క. వినవె శతయోజనంబులు
చనుదెంచె నయోధ్యనుండి సరి యిందుల కా

తని సారథి నై యిట నే
నును వచ్చితి వానితో మనోవేగమునన్. 186

వ. నావుడు మూఁడవవాఁ డెవ్వఁ డని యడిగిన నక్కేశినికి
బాహుకుం డి ట్లనియె. 187

క. నలు రథచోదకుఁ డతఁ డ
త్యలఘుఁడు వార్ష్ణేయనాముఁ డనవుడు వాఁ డ
న్నల భూపాలకు వోయిన
వల నిది యని యెఱుఁగునో యన వాఁ డి ట్లనియెన్. 188

వ. వార్ష్ణేయుండును నలుపుత్త్రుల విదర్భేశ్వరునొద్దం బెట్టిపోయి
నలురాజ్యభ్రంశంబు విని ఋతుపర్ణుఁ గొలిచి యుండె.
ఆతండును నలు నెఱుంగఁడు 189

క. నలుతో నొక్కట నరిగిన
నలినాయతనేత్రి భీమనందన యొండెన్
నలుఁ డొండెఁ గాక యెఱుఁగరు
నలు నోరులకు నెఱుఁగఁ గారణము గలదె మహిన్. 190

వ. అనిన విని కేశిని యి ట్లనియె. 191

సీ. అడవిలో వస్త్రార్ధహారి యై దయలేక
ప్రాణేశ్వరుఁడు దన్నుఁ బాసి చనిన
నాఁటివస్త్రార్ధంబు నలినాక్షి యిప్పుడు
పరిధానముగఁ బాంసుపటలమలిన
మగుచున్న తనువుతో ననయంబు జడగొన్న
యలకావలులతోడ నవనితలము
శయనంబుగా ధర్మచారిణి దమయంతి
యనఘ వ్రతంబుల నాచరించు

ఆ. నతని కరతలద్వయావమర్దితములై
కందియును మహాసుగంధకుసుమ
తతులు తొంటియట్ల తమకంపు విడువక
యుండు నతని తేజ మున్నతంబు. 195

వ. అనిన విని దమయంతి వెండియుఁ గేశినిం బిలిచి బాహుకు
వండిననంజుళ్లు దెప్పించి యాస్వాదించి బాహుకునందు
నలులక్షణంబులు గలుగు టెఱింగియు నూఱడ నోపక
వానిపాలికిఁ గొడుకునుం గూఁతునుం గేశినితోడఁ బంచిన
నక్కుమారునిఁ గూఁతుం జూచి. 196

ఆ. వశముగాక బాష్పవారి యొల్కుచు నుండఁ
గొడుకుఁ గూఁతు నెత్తికొని నలుండు
హర్షపులకితాంగుఁ డై నిజాంకతలంబు
నందు వారి నునిచి యాదరమున. 197

వ. అక్కేశినిం జూచి యక్కుమారు లిద్దఱు నాకొడుకునుం
గూఁతునుం బోలిన వీరి నెత్తికొని దుఃఖించితి నని తన్నె
ర్పడకుండం బలికి దాని కి ట్లనియె. 198

క. నీ విటఁ బలుమఱు వచ్చుచుఁ
బోవుచు నునికిఁ గని చిత్తముల నొండుగ సం
భావింతు రితరజనములు
కావున రావలవ దింకఁ గార్యార్థిని వై. 199

వ. ఏము దేశాంతరంబుననుండి పచ్చినయతిథులము నీకు మా
తోడిదేమి. అనినఁ గేశినియుఁ గ్రమ్మఱివచ్చి బాహుకు
మార్గం బంతయు దమయంతికిం జెప్పిన నది సంతసించి నిజ
జనని కి ట్లనియె. 200

ఉ. సందియ మేల సర్వగుణసంపదఁజూడఁగ బాహుకుండు భూ
వందితుఁడైన నైషధుఁ డవశ్యము దానగు నామనంబు నా
నందముఁబొందుచున్నదిఘనంబుగవాఁడిటవచ్చువాఁడొ యే
నందుల కేఁగుదాననొ నయంబుగ నానతియిమ్మునావుడున్.

వ. అది యప్పుడ భీము ననుమతంబున దమయంతి యొద్దకు
బాహుకు రావించిన. 202

క. చనుదెంచి యందు దీనా
నన నవిరళపంకమలిననతగాత్రఁ దప
స్విని నతికృశ దమయంతిం
గనియె నలుం డుదితబాష్పకణకలితముఖున్. 203

క. దమయంతి నలుని వికృతాం
గముఁ జూచియు నతని నన్యుఁగా వగనక నె
య్యమునను లజ్జను భయ సం
భ్రమమున వినతాత్మ యగుచుఁ బతి కి ట్లనియెన్. 204

వ. విజనంబైన విపినంబున నలసి నిద్రవోయిన యబల నతిసాధ్వి
ననువ్రత నగ్నిసన్నిధిం బాణిగ్రహణవిధిలబ్ధ యైనదానిం
బాసి నలునట్లు నిర్దయులై యరిగినవారలొరు లెవ్వరులేరు

క. సురవరులను మెచ్చక తను
వరియించిన నన్నుఁ బుత్రవతి నేలకొ చె
చ్చర విడిచె నాతనికి ని
ష్కరుణున కే నేమి యెగ్గు గావించితినో. 206

వ. ప్రాణసమాన వైననిన్ను విడువ నోడ కుండు మనిన య
ప్పలుకు లేల మఱచెనో యని శోకతప్తం బైనతనహృద
యంబుఁ దడుపుచున్నదియుంబోలె బాష్పధారల నుర

ష్పసలంబుఁ దడుపుచున్న దమయంతింజూచి దుఃఖాకులుండై
నలుం డి ట్లనియె. 207

తే. కలిసమావిష్టమతి నయి కష్టవృత్తి
నట్టియిడుమను బడితి నే నది మదీయ
తపము బలమున దుష్కర్మదహనమునను
నష్ట మై పోయె నిప్పుడు నన్ను విడిచి. 208

న. ఏ నిందులకు నీతదర్థంబు వచ్చితి నది యట్లుండె, నన్ను
ననురక్తు ననువ్రతుఁ దలంపక యన్యాపేక్షంబున స్వయం
వరంబు రచించు టది కులస్త్రీధర్మంబుగాదు రాజులనెల్ల నీ
స్వయంవరంబునకు రావించుటం జేసికాదె ఋతుపర్ణుండు
వచ్చె. అనిన వెఱచి కృతాంజలియై దమయంతి యిట్లనియె.

తే. నిన్ను రోయంగ విప్రులు నెమ్మి నరిగి
పలికి రెల్లచో నాచేతఁ బలుకఁబడియ
యందుఁ బర్ణాదుఁ డనువిప్రుఁ డయ్యయోధ్య
కేఁగి ప్రతివచనంబున నెఱిఁగె నిన్ను. 210

న. ఆపర్ణాదువలన నెఱింగినదాననై నిన్నిట రావించు నుపా
యంబుఁ దలంచి యెల్లి దమయంతీ ద్వితీయ స్వయంవరం
బగునని ఋతుపర్ణునకడం బ్రకాశింప సుదేవుండను బ్రాహ్మణుం
బుత్తెంచితి. 211

క. నరవరుఁడు నలుఁడు కాకె
వ్వారు శతయోజనము లొక్కవాసరమున వ
త్తురు నరు లోరు లని దీనిం
బరికింపఁగ వేఁడి యిట్లు పంచితి నధిపా. 212

ఉ. ఏ నతిపాపభావమున నెగ్గుదలంపఁ దలంప కొండుగా

నానతవైరి నీయడుగు లంటఁగ నోపుదు నట్ల యైన న
స్నీనలినాప్తుఁ డీయనలుఁ డీమృగలాంఛనుఁ డీసురోత్తముల్
జాను వడంగ నాక్షణమ చంపరె కోపపరీతచిత్తులై. 213

వ. అనుచున్న యవసరంబున నఖిలభూతాంతర్గతుండై నవాయు
భటారకుం డెల్లవారును విని నాకాశంబున నుండి నలున
కిట్లనియె. 214

చ. అమల చరిత్ర నిట్లు దమయంతిఁ బతివ్రతఁ బల్కుదే నృపో
త్తమ విను దీనియందు విదితంబగుశీలనిధిన్ సుధాంశుఁడున్
గమలహితుండు నేనుఁదగఁగాచితిమొక్కట మూఁడువర్షముల్
గోమరుగ దీనిఁ జేకొనుము కోమలి నీకనురక్తనావుడున్.

క. కురిసె మరుద్వచనానం
తరమున సురపుష్పవృష్టి తడయక మ్రోసెన్
సురదుందుభినాదంబులు
గరము ప్రశస్తముగ వీచెగంధవహుండున్. 216

వ. ఇట్లెల్లవారికి నాశ్చర్యంబుగా వాయుదేవుండు తన్నెఱింగించి
దమయంతీ పతివ్రతాగుణంబులును బతియందలి యకృ
త్రిమానురాగంబును జెప్పిన విని నలుండు పరమప్రమోద
పరిపూర్ణహృదయుం డై తత్క్షణంబ కర్కోటకుం దలంచి
వానియిచ్చినపుట్టంబు నైఁ బెట్టుకొని నిజరూపంబుఁదాల్చిన

ఉ. ఆయతబాహుఁ దప్తకనకాంచితవర్ణు మనోజరూపు నింద్రా
యితు సూర్యతేజు నిషధప్రభు నన్నలుఁ జూచి పద్మప,
త్త్రాయతచారునేత్ర దమయంతి కరంబు ముదంబునొందిల,
క్ష్మీయుత యయ్యె బంధులకు మిత్రులకున్ హృదయ
ప్రియంబుగన్. 218

వ. ఇట్లు సంగతులైన యయ్యిరువురకు విరహపరితాపంబుతోన శరీరమలినత్వంబు వాసె పరస్పరానురాగంబుతోన విభూషణవిశేషంబులు విలసిల్లె. అంత నంతయు విని భీముండు జాతసస్య యైనవసుధ తోయసంప్రాప్తి నాప్యాయిత యై నట్లు అజ్ఞాతచర్యుం డయినపతింబడసి పరమసంతుష్టహృదయయై చంద్రుతోఁగూడిన రాత్రియుంబోలె నొప్పుచున్న దమయంతిం జూచి సంతసిల్లి తనపురంబునం దష్టశోభనంబులు దేవగృహంబులయందు విశేషపూజలు సేయించె. అట్టి మహోత్సవం బెఱింగి ఋతుపర్ణుండు నలునొద్దకువచ్చి నీవు నిఖిల లోకపూజ్యుండ వయ్యును నాయొద్ద బాహుకుండనం బ్రచ్ఛన్నవృత్తినున్న నిన్నెఱుంగక నీచకర్మంబులయందు నియోగించితి దీనిక్షమియింపుము. అనినలు చేత సత్కృతుండై యశ్వహృదయం బుపదేశంబుగొని యయోధ్యకుం జనియె. అట నలుండును విదర్భాపురంబున నొక్కమాసంబు నివాసంబుచేసి విదర్భేశ్వరు వీడ్కొని దమయంతి నందయునిచి యొక్కరథంబును పదునాఱేనుఁగులును నేఁబదిగుఱ్ఱంబులు నాఱునూఱు కాల్బలంబును దనకుఁ దోడుగా నిషధపురంబున కరిగి పుష్కరుం గని యిట్లనియె. 219

క. దమయంతి రోయిగా జూ
దము నీతో నాడఁ నాడఁగడఁగెదను ధరణీరా
జ్యము నీవు నాకు రోయిడు
మమరఁగ జూదంబు నీకు నభిమతమేనిన్. 220

మత్తకోకిల. వీరభోజ్యమసుమ్ము రాజ్యమువింటె నీవును నేనుదు
ర్వారవృత్తి రథంబు లెక్కి యవంధ్యవిక్రమ మేర్పడన్

భూరివీరరణం బౌనర్తము పోర నోర్చినవాఁడ యి
ద్ధారుణీతల రాజ్యసంపదఁ దాల్చు వీరగుణోన్నతిన్. 221

వ. ఈ రెంటిలో నీ కెయ్యది యిష్టంబు దానికిఁ గడంగుము. అనినం బుష్కరుండు రణంబునఁ బరాజితుండ నగుదు నలుం దొల్లియు జూదంబున నోడించినవాఁడను కావున నింకను నోడించి దమయంతిం జేకొని కృతార్థుండ నగుదు నని సంతసిల్లియే వోటుపడితేని నిఖిల మహీరాజ్యంబు నీయదియు నీ వోటుపడితి నేని దమయంతి నాయది అని పలికి యొడ్డి నలుతో జూదమాడి యోటువడిన. 222

క. ఘనముగ జంబూద్వీపం
బునఁ గలవారెల్ల నెఱుఁగఁ బుష్కరుచేతన్
గొనియెఁ బునర్ద్యూతంబున
ననఘుఁడు నలుఁ డఖిలరాజ్య మత్యున్నతితోన్, 223

వ. ఇట్లు జూదంబునఁ బుష్కరు నోడిచి సకలమహీరాజ్యంబును జేకొని నలుండు వాని కిట్లనియె. 224

క. కలిసంప్రాప్తుఁడనై కడు
బల మఱి నీచేతఁ దొల్లి బలవద్ద్యూతా
కుల చిత్తుఁ డయితి నది నీ
బల మని గర్వింపఁ జనునె బలవంతుఁడవై. 225

వ. నీవు నాపితృవ్యపుత్రుండవు. ఎద్దియుం జేయనోప. పొమ్మని పుష్కరు విడిచిపుచ్చి పుష్కలంబైన రాజ్యంబుతో నలుండున్నంత. 226

క. భీమప్రస్థాపితలైు
కోమలి దమయంతి పుత్రకులు దానును ల

త్కీర్తిమహిమ వెలుఁగుచుండఁగఁ
దామరసదళాక్షి వచ్చెఁ దనపతికడకున్. 227

వ. అట్లు తనహృదయేశ్వరియైనదమయంతిం గూడి నలుండు విధివిహితానేకశతముఖుఁడై శతముఖువిలాసంబుతో సకల రత్నయుతం బైన రత్నగర్భాధిరాజ్యంబు సేసె. కావున నక్షజితుండనైతినని వగవకుండుము. నీవును దైవమానుష సంపన్నుండవై శత్రువుల జయించి సకలమహీరాజ్యంబు వడయుదు అని బృహదశ్వుండు ధర్మరాజునకు నక్షహృద యం బుపదేశించి, 228

సీ. ఇన్నలోపాఖ్యాన మెప్పుడు దత్తావ
ధానులై వినువారుఁ దవిలి భక్తిఁ
జదివెడువారుఁ జగతీశ కలిదోష
నిర్ముక్తులగుదురు నిఖిలపుణ్య
ఫలభాగు లగుదురు బహుపుత్ర పౌత్రాయు
రారోగ్యధనయుక్తులగుదు రెల్ల
విషములకును దుష్టవిషయంబులకు దూరు
లగుదురు ధర్మాత్ములగుదు రుర్విఁ

ఆ. గడుఁ బ్రసిద్ధమిదియుఁ గర్కోటకుని దమ
యంతిఁ బుణ్యమూర్తియైన నలుని
నుతచరిత్రుఁడైన ఋతుపర్ణుఁ గీర్తింపఁ
గలిభయంబులెల్లఁ దొలఁగు నధిప. 229

శ్లో. కర్కోటకస్య నాగస్య దమయంత్యా నలస్య చ,
ఋతుపర్ణస్య రాజర్షేః కీర్తనం కలినాశనమ్.

శ్రీ ర స్తు.

న లో పా ఖ్యా న ము.

టి ప్ప ణ ము.

---

1. శ్రీరమ్య = రాజ్యలక్ష్మిచే నొప్పినవాఁడా, ధర్మ...విభాసి-ధర్మ = స్వకృత్యములయొక్క; నిత్య = ఎడతెగని, ప్రారంభ = చేయుటలచేత, విభాసి = ప్రకాశించువాఁడా, ఘోర...హస్తా - ఘోర = భయంకరములైన, అరి = శత్రువుల, మదకుంభి = మదపుటేనుఁగులయొక్క, కుంభ = గండస్థలములయొక్క (ను), విదారణ = చీల్చునట్టి, దారుణ=భయంకరమయిన, కృపాణ = ఖడ్గము; దక్షిణహస్తా = కుడిచేతియందుఁగలవాఁడా, రాజపరమేశ్వర = ఓరాజరాజనరేంద్రుఁడా, (అని కృతికర్త యగు నన్నయభట్టు కృతినాయకుఁడయిన రాజరాజనరేంద్రునిఁ దన కథ వినుటకై సంబోధన చేయుచున్నాఁడు.)

వ్యా. "కృపాణదక్షిణహస్తా" అనుచోట సప్తమ్యుత్తరపదవ్యధికరణ బహువ్రీహిసమాసము. మదకుంభి = మదముతోఁ గూడిన కుంభులు అని విగ్రహము. మధ్యమపదలోపి కర్మధారయము. కుంభులు (= గండములు) గలది కుంభి, ధర్మ=స్వకృత్యము అనుట మంచిది. ఘోరపదమును అరిపదముతో నైనను, అరిమద కుంభిపదముతో నైనను అన్వయింపవచ్చును. ఒక పక్షమున భయంకరులైన శత్రువులని యర్థము. రెండవపక్షమున "భయంకరములైన శత్రువుల యేనుఁగులు" అనియర్థము.

2. ఆకథకుఁడు=ఆకథలు చెప్పెడి సూతమహాముని, శౌనక ఆదిమునులకుఁ = శౌనక మహాముని మొదలగు ఋషులకు చెప్పెను. అట్లు (పూర్వా

జెప్పఁబడిన తెఱఁగున), శాంతవచనంబులన్ = తిన్నని మాటలచేత; భీమసేనునకున్ = భీమునికి, కోప ఆటోప ఉపశమనంబు = కోపాధిక్యము తగ్గించుటను, చేయుచున్న ధర్మరాజునొద్దకున్, బృహదశ్వుండు, అను మహాముని, వచ్చి, విధిదృష్టవిధానంబునన్ = శాస్త్రములందుఁ జెప్పఁబడిన ప్రకారమున, పూజితుండై = మర్యాదచేయఁబడినవాఁడై, విశ్రమించియున్నన్= బడలిక తీర్చుకొనుచుండఁగా, ఆమునివరునకున్=ఆమునిశ్రేష్ఠునికి ధర్మతనయుఁడు, అధర్మపరులు = అన్యాయమే ముఖ్యకార్యముగాఁ గలవారు, అగు, పరులచేతన్=శత్రువులవలన, తనపడిననికారప్రకారంబు= తామనుభవించిన యపకారరీతి, అంతయు, ఎఱింగించి, ఇట్లు, అనియెన్.

3. పరమమునీంద్రా = గొప్పమునిశ్రేష్ఠా, పుడమియున్ = భూమియును, రాజ్యము, బంధులన్ = చుట్టాలను, విడిచి, మృగావళులన్=మృగములగుంపులతో, కలసి, విపినంబులలోన్=అడవులందు, కడుకొని=మిక్కిలి, మాయట్లు = మావలె, ఇడుమలన్ = కష్టములను, పడినవరులు = అనుభవించిన వరులు, ఒరులు, కలరే.

4 అనినన్, అయ్యుధిష్ఠిరునకున్, బృహదశ్వుండు, ఇట్లు, అనియెన్.

5. ధరణీవల్లభ=ఓపుడమిఱేఁడా, నీవు, ధర్మనిష్ఠితబుద్ధిన్ = ధర్మమునందుంపఁబడిన తలంపుతోడ, దేవసములు = దేవతాసమానులు, ఆయిన, మనుజులతోన్=తమ్ములతోను, విప్రులతోన్=బ్రాహ్మణులతోను, రథఆళితోన్=రథసమూహముతోను, అరణ్యఆవాసముచేసెదు=అడవిలోఁ గాఁపురమున్నావు.

6. తొల్లి=పూర్వము, నరనుతుఁడు=జనులచేఁబొగడఁబడిన, నలుఁడు, అను, ధరణిఈశుఁడు=భూపాలుఁడు, రాజు, జూదము ఆడి, తన విభవము=తనకలిమిని, పుష్కరుచేతన్=పుష్కరునివలన, ఓటుపడి = ఓడిపోయి, ఒక్కరుండు= ఒక్కఁడె, కానకసీమన్=అడవులయందు, కరంబు=మిక్కిలి, ఇడుమపడఁడె=శ్రమపడలేదా ?

7. అనినన్, అది, ఎట్లు, అని, ధర్మనందనుండు, అడిగినన్, అతనికిన్ బృహదశ్వుఁడు, ఇట్లు, అనియెన్, నిషధఈశ్వరుఁడు=నిషధదేశపురాజు, ఐన, వీరసేనునికొడుకు, నలుఁడు అనువాఁడు, అనేకఅక్షౌహిణీపతి=పెక్కుఅక్షౌహిణులసేనలకురాజు, అనవరతఅక్షప్రియుండు=ఎల్లప్పుడును జూదమందిష్టము గలవాఁడు, అజేయుండు =(శత్రువులచే) జయింపనలవికాని, తనతేజంబునన్=తనవెలుఁగుచేత, ఎల్లరాజులన్, జయించి, బ్రహ్మణ్యుండు ఐ=బ్రాహ్మణభక్తిగలవాఁడై, బ్రహ్మఉత్తరంబుగాన్=వేదములేప్రమాణముగా, ప్రజాపాలనంబుచేయుచున్నంతన్ = జనులను బాలించుచుండఁగా.

8. అటన్=అక్కడ,(మఱొక్కదేశమున) విశ్రుతగుణ ఆఢ్యుఁడు= ప్రసిద్ధములైన సుగుణములతోఁగూడినవాఁడగు, విదర్భఅధిపుఁడు= విదర్భదేశపురాజు, ఐన, భీముఁడు, అనువాఁడు, అనపత్యుఁడు ఐ = సంతతిలేనివాఁడై, వ్రతములు=నోములు - ఒక్కప్రొద్దులు, ఓలిన్ = క్రమముగా, సల్పుచున్ దమనుఁడు అను, సన్మునిన్=మునీంద్రుని, పత్నియున్ = భార్యయు, తానును, ఉపాసించి = కొలిచి, తత్ వరమునన్ = ఆదమనమునియనుగ్రహము వలన, దమయంతి, అను కూఁతును = పుత్రికను, దమదాంతదమనులు,అన్ సుతులన్=కొడుకులను, పడసెను. అందున్=లబిడ్డలలో, కన్యారత్నము=కన్యకలలో శ్రేష్ఠురాలు, అగుదమయంతి, తాను, అత్యంత...సమృద్ధిన్-అత్యంత = మేరలేని, కాంతి=చక్కదనము, రూప=ఆకారము, అభిజాత్య=గొప్పవంశము నందుఁ బుట్టుటయును, విమలగుణ = నిర్మలములగు సుగుణములయొక్క, సమృద్ధిన్=కలిమిచేత, వెలుఁగుచున్=ప్రకాశించుచుఁ సురసిద్ధసాధ్యకన్యలట్టి సఖులు = దేవతలు మొదలగువారిబిడ్డలంబోలునట్టి చెలులు, ఒలసి=చుట్టుకొని తన్నున్; కొలుచుచుండన్, అధికవిభవయుక్తితోడన్ = ఎక్కువకలిమితోడి కూడికతో, (మిగులవైభవముతో), మహిన్ =భూమియందు,ఒప్పుచుండెన్= ప్రకాశించుచుండెను.

9. నలుఁగుణములు; దమయంతికిన్, నలునకున్, దమయంతి గుణగణంబులు=దమయంతియొక్కయన్నిమంచిగుణములరాసులను, జనులు, ఇమ్మ

లన్ = బాగుగా, పొగడుచున్, ఇరువురకున్, ఎదలన్ = మనస్సులలోపలి, మనోభవవికారవిభ్రమము = మన్మథవికారచేష్ట, వెలసెన్ = కలిగెను.

10. ఒక్కనాఁడు, నలుఁడు, దమయంతీగుణబద్ధచేతస్కుఁడై = దమయంతియొక్క సుగుణములనెడి త్రాళ్ళచేతఁ గట్టఁబడిన మనస్సుగలవాఁడై, మదన అనలంబు = మన్మథతాపంబును, సహింపన్, ఓపక = ఓర్వఁజాలక, ప్రమదావనంబునన్ = ఉద్యానవనమునందు, ఉండునంతన్ = ఉండఁగా, అంతరిక్షశ్రీకాంతాహారావళియుంబోలెన్ = ఆకాశలక్ష్మియనెడు స్త్రీయొక్కముత్యాలదండలవరుసయో అనునట్లు, హంసఆవళి = హంసలగుంపు, అవనీతలంబునకున్ = పుడమికి, అవతరించినన్ = దిగఁగా.

11. వీరుఁడు = మొనగాఁడయిన, వీరసేనసుతుఁడు = వీరసేనమహారాజుకొమరుఁడగు నలమహారాజు, హంసలనడబెడంగున్ = రాజహంసలయొక్కనడకసొంపును, చూచి, నగుచున్ = ఆశ్చర్యపడుచు, వానిన్, ఎగిచిఎగిచి = తఱిమితఱిమి, అందున్ = ఆరాయంచలలో, (ఒకహంస) ఎగయక ఉండఁగన్ = ఎగిరిపోకయుండఁగా, అతిరయమునన్ = కడుఁవడితో, ఒక్కహంసన్ = ఆరాజహంసను, పట్టుకొనియె.

12. దానిన్ = ఆహంసను, విడిచిపోవఁగాన్ ఓపక = ఇష్టపడక అఱచుచున్, అంతరిక్షమునన్, హంసలు ఎల్లన్ = రాజహంసలన్నియు శారద...ముఁబోలెన్ _ శారద = శరత్కాలమందుఁబుట్టిన, అభ్ర = మేఘముల, శకల = తునుకలయొక్క, చయముఁనబోలెన్ = రాశివలె, పిండుకట్టి = గుంపుగూడి, తిరుగుచుండెను.

13. అదియున్ = ఆపట్టుపడినహంసయు, తనకు, అమ్మనుజేశ్వరుండు = ఆనృపాలుఁడు, అపాయంబు = కీడు, చేయును అకా = చేయునుకదా అని, తలఁచి, వెఱచి = భయపడి, మనుష్యవాక్యములన్ = మానవభాషతో, ఇట్లు, అనియెన్, అయ్యా, ఏను, నీకున్, ప్రియంబు = ఇష్టమును, చేసెదను, నీ హృదయఈశ్వరి = నీప్రాణవల్లభ, ఐనదమయంతిపాలికిన్ = ఐనదమయంతి యొద్దకు, పోయి; నీగుణంబులు, దానికిన్, శ్లాఘించి, చెప్పి, అకన్య = ఆ

పనుచు, అన్యులన్, అపేక్షింపక, నీయందున్ అ=నీయందే, బద్ధఅనురాగ= ఉంచఁబడినప్రేమగలది (ప్రేమయుంచునదియనుట), అగునట్లు, చేసెదన్.

14. అనినన్, విని, హంసవచనము, తనహృదయంబునకున్ = తనమనస్సునకు, అమృతధారాపాతంబునుం బోలెన్ = అమృతధార కాఱినట్లు, ఐనన్ = కాఁగా, నృపనందనుఁడు, అనురక్తుఁడు ఐ = ప్రేమగలవాఁడై దానిని, తడయక = ఆలశ్యముచేయక, విడిచెను.

15. హంసపిండుతోన్=హంసలగుంపుతో, అదియును, విదర్భాపురికిన్, పఱచి = ఎగిఱిపోయి, అంత, ఉపవనంబునన్=తోఁటలో, సఖీజనపరివృతయై = చెలికత్తియలతోఁగూడినదయి, ఉన్నదమయంతిపాలికిన్, పోయి, విహరించుచుండెన్, అంతన్ = తర్వాత, అహంసలన్, చూచి, పరమకౌతుకంబునన్ = ఎక్కువ సంతోషముతో, పైపద్యముతో నన్వయము.

16. ఒండొరులన్ = ఒకరినొక్కరు, వడవన్ కన్=దాఁటునట్లు, ఆ ఉవిదలుఎల్లన్=ఆస్త్రీలందఱు, పఱచి, ఒక్కొక్కకలహంసన్, పట్టుకొనినన్ అందున్=ఆహంసలలోపల, నలుచేతన్, విడువంగఁబడినహంస, చెలువముగన్= తిన్నగా, దమయంతిచేతన్=దమయంతిచేతిలో, పట్టువడియెన్=చిక్కెను.

17. దమయంతికిన్, నలునకున్, సంగమకారణదూత=చేరికకుహేతువయినట్టిదూత, అయినకలహంస, మనోజ్ఞమనుష్యవాక్యములన్ = ఇంపయిన మానవుల పలుకులతో, ఆదమయంతికిన్, హర్షము = సంతోషము, ఎసఁగన్ = హెచ్చునట్లు, తాన్=ఆహంస, ఇట్లు అనియెన్.

18. నీహృదయ ఈశ్వరుండు=నీమనోనాయకుఁడు, ఐననలునొద్దనుండి వచ్చితిని. అపార...మందున్ - అపార = అంతములేని, పారావారపర్యంత = సముద్రములవఱకునుండు, మహీతలంబునన్= భూమియందు, నా చూడని రాజులు = నేనుచూడనినృపాలురు, లేరు. సర్వగుణసౌందర్యంబులందున్ = అన్ని సుగుణములందును, అందమునందును, ఎవ్వరు, నలున్, పోలరు = నలునితో సాటిగారు.

19. నీవు, నలునకున్, పేర్మితోన్ = మక్కువతో, దేవివి=పట్టపు రాణివి, ఐనన్ కాక = అయిననే కాని, నీ...నళులు - అవి, నీ=నీయొక్క, సముజ్జ్వల=వెలుఁగునట్టి, రూప=ఆకారము, కాంతి=అందము, విభవ=కలిమి నిత్య=ఎడతెగని, సౌభాగ్యభాగ్య=అదృష్టము, అభిజాత్య = గొప్పవంశము నందుఁబుట్టుక, భద్రలక్షణ=శుభలక్షణములు అను వీనియొక్క, ఆవళులు = సమూహములు, సఫలంబులు = సార్థకములు, అగునె ? (కావు అనుట.)

20. నీవు, నారీరత్నంబవు=స్త్రీలలో నుత్తమురాలవు, అతండు, పురుష శ్రేష్ఠుఁడు, మీయిద్దఱసమాగమంబు = మీయిద్దఱుకూడిక, అన్యోన్య శోభాకరంబు=ఒండొరులకుఁ గాంతిని గలిగించునది, అగును, అనినన్, విని, సంతృప్తహృదయయై = మనస్సునందు సంతోషమందినదయి, దమయంతి, దానికిన్, ఇట్లు, అనియె.

21. ఆరాజుగుణములు, నాకున్, ఎఱింగించినట్టుల = తెల్పినట్లే, నన్నున్ (నాగుణములను), ఆరాజునకున్, ఎఱిఁగించి, ఆరంగన్ = నిజముగా, కరుణ=దయ, నాయందున్, కావింపుము. అనవుడున్, నిషధదేశమునకున్, అరిగి, హంస, వీరసేనజునకున్=నలునకు, దానిగుణరూపవిభవముల్ = ఆస్త్రీయొక్క మంచిగుణములు చక్కనిరూపము వీనియొక్క యతిశయత్వమును చెప్పెను.

22. అంతన్ (అట్లు చెప్పినతర్వాత).

23 నలదమయంతులు, ఇద్దఱు, మనఃప్రభవ అనలబాధ్యమానులై = మన్మథసంతాపమనెడి వేఁడిమిచేత మాడినవారలై, విలసత్ నవనందనంబులన్ = అందములైయుండు క్రొత్తయుద్యానవనంబులయందును, నళినదళంబులన్ = తామరతూండ్లచేతను, ఘనసారపాంసులన్=కర్పూరపుధూళులచేతను, చందనచారుచర్చలన్ = మనోహరమైన గంధపుఁబూఁతలచేతను, దీర్ఘవాసరనిశల్ =నిడివియైన రేలం బగళ్ళను, సక్షపిరి = చేసిరి. (తామరపువ్వులు గంధపుఁబూఁతలు మొదలగునవి తాపము నణఁచునవి గనుక నీయుపచారములచే రేలుంబగళ్లొక్కరి నొక్కరు స్మరించుచునే యుండిరి యని భావము.)

24. ఇట్లు, ఇద్దఱు అన్యోన్యరూపగుణశ్రవణసంజాతప్రీతులై = ఒండొరులగుణముల యాలకింపులచేఁ బుట్టిన యనురాగము గలవారయి, ఉండు నంతన్ = ఉన్నప్పుడు, అంతః...వదన = అంతఃకరణ = మనస్సునందు, సంతత = చక్కఁగా వ్యాపించియుండు, మనోజాత = మన్మథవికారమువల నఁగలిగిన, సంతాప = వేఁడిమిచేత, వివర్ణ = కాంతిలేని, వదన = మోముగలది అయిన, ఆదమయంతిన్, చూచి, భయ...దయలు, భయ = వెఱపుచేతను, సంభ్రమ = తత్తఱపాటుచేతను, ఆక్రాంత = చుట్టుకొనఁబడిన, హృదయలు = మనస్సులుగలవారు, అగుచున్, సఖీజనంబులు, ఎల్లన్ = చెలికత్తెలందఱు, ఆకోమలివృత్తాంతంబు, అంతయున్, భీమునకున్ = దమయంతితండ్రికి, ఎఱింగించి, ఇట్లు, అనిరి.

25. ధరఅధినాథ = ఓపుడమిఱేఁడా, లతాంగి = తీఁగవంటిమేను గలదియగు, కలహంస, పలికినపలుకులు, గణియించున్ = ఎంచును, వడిన్ = వేగముగా, దాఁటిపోయినవలను = ఆహంసపోయిన తట్టునకే, చూచున్, సఖులతోన్ = చెలికత్తెలతో, పలుకదు, తాను, అనుదినంబు = ప్రతిదినమును, చారువిభూషణఆహారశయ్యాఆసనభోగంబులందున్ = సొగసైనసొమ్ములు దాల్చుట, మంచిభోజనముచేయుట, వేడుకమున ఆటలాడుట, మెత్తనిపాన్పులందుఁబవ్వళించుట యను సౌఖ్యములనుభవించుటయందు, విముఖిఐ = ఆసలేనిదై, రేయిపగలున్, నిద్రయున్, ఎప్పుడును, ఎఱుఁగక, దమయంతి, నలుడు, అను, ధరణీనాథున్ ఆ రాజునందే, బుద్ధి, నిల్పి, కందర్పబాధిత = మరునివేదనచే నొచ్చినది, అగుచున్, ఉన్నయది, ఉరుగుణ ఆఢ్యులన్ = గొప్పసుగుణములచే నిండినవారగు, ఒరులన్ = ఇతరులైన. ధరణిపతులన్ = రాజులను, (వారు) ఎంత విభవయుక్తులు ఐనన్ = ఎంతసంపదగలవారైనను, వినన్, ఒల్లరు = ఇష్టపడదు.

26. అనినన్, విని. భీముండు, ఏమి, చేయుదును. ఎవ్విధంబునన్ = ఏరీతిగా, అమ్మహీపతిన్ = ఆనలమహారాజును, ఇటకున్, రావింపన్ అగునో =

రప్పింపవచ్చునో (ఓ సందేహార్థకము), అని, చింతించుచున్ = వగచుచు, సంప్రాప్తయౌవన = వయస్సువచ్చినది, ఐన, కూఁతున్ = దమయంతిని, చూచి, అప్పుడు.

27. ఆవైదర్భుఁడు = ఆవిదర్భదేశపురాజు, నిఖిలధరావలయములోనన్ = సకలభూమండలమునందు, కలుగు = ఉన్న, రాజన్యులన్ = రాజులను, నానావిషయఅధీశులన్ = అన్నిదేశములరాజును, తత్ స్వయంవరవ్యాజమునన్ = ఆదమయంతియొక్క స్వయంవరమనెడి నెపముచేత, రావించెను = పిలిపించెను.

28. మనుజఈశ్వరులు ఎల్లన్ = రాజులందఱును, సైన్యస్యందనఘట్టనన్ = సేనలయును, రథములయు త్రొక్కుడుచేత, అవనితలము = భూమి, తల్లడపడన్ = అదరునట్లు, బోరనన్ = వేగముగా, దమయంతీ స్వయంవరమునకున్, ఒప్పన్ = బాగుగా, చనుదెంచిరి = వచ్చిరి.

29. తత్సమయంబునన్ = రాజులు దమయంతీ స్వయంవరమునకువచ్చినపుడు, పర్వతనారదులు = పర్వతుఁడు నారదుఁడు అను, పురాణమునులు = పూర్వులగుమహర్షులు, భూలోకంబు ఎల్లన్, క్రుమ్మరి = తిరిగి, ఇంద్రలోకంబునకున్, పోయినన్ = పోఁగా, ఇంద్రుడు, వారిన్, పూజించి భూలోకంబునన్, కుశలవార్త = క్షేమసమాచారము, ఇది, ఎట్లు = దీనికేమికారణము? ధర్మపరిపాలనపరులై = క్షత్రియధర్మమును గాపాడఁగోరికగలవారై, వీరులు ఐ = శూరులై, రణనిహతులు ఐన = పోరసల్గిగ, రాజులు, అక్షయలోకసుఖంబులు = శాశ్వతములైన స్వర్గాదిలోకంబులం దనుభవింపఁదగిన సౌఖ్యములను అనుభవింపన్, అతిథులై = విందులుగావచ్చినవారై, ఇందులకున్ = ఇచ్చటికి ఎంతకాలంబు, అరుగ్యెను. రా. కారణంబు, ఏమి, అనినన్, అయ్యింద్రునకున్, నారదుండు, ఇట్లనియె.

30. నర...కన్యకలకంటెన్ = మనుష్యులు, సిద్ధులు, సాధ్యులు, విద్యాధరులు, వేల్పులు మొదలగువారి కన్యకలకంటె, దమయంతి అ, సుందరి = అందకత్తె, ఇప్డు, మహిన్ = భూమియందు, దానిస్వయంవరము = ఆ దమ

యంతియొక్క చక్కని స్వయంవరము, అపుదై = వింతయై, వర్తిల్లుచున్న యది = నడచుచున్నది.

31. అందులకుఁ = ఆస్వయంవరమునకై, ధరణిఁ = భూమియందు, కలనృపనందనులు ఎల్లను = ఉన్నట్టి జపుత్రులందఱును, ముదంబునఁ = సంతోషముతో, పోయెడువేడ్కఁ = పోవునట్టియుత్సాహముతో, తమలోఁ = వారిలో, కడునెయ్యమునఁ = ఎక్కువ చెలిమిచేత, కయ్యమ్ములు = యుద్ధములు, క్రందుగఁ = తఱచుగా, లేకున్నవారు = చేయకుండువారు.

32. అనినఁ, విని, ఇంద్రుఁడును, లోకపాలవరులును = లోకపాలకులలో శ్రేష్ఠులగు యమ వరుణ కుబేరులును, తత్ ఆలోకనకౌతుకంబునఁ = ఆదమయంతియొక్క (స) చూచుటయందలి యపేక్షతో; కనక...ఢ్యులై- కనక=బంగారుతోఁ జేయబడి; రత్న =రత్నములచేఁ బొదుగఁబడినవై; రమ్య= అందములైన; విమాన = ఆకాశయానములును; ఆరూఢులు ఐ = ఎక్కినవారలయి, భూలోకంబునకుఁ, వచ్చి; దమయంతీస్వయంవరమునకుఁ; పోయెడు వానిఁ = పోవువానిని; ఆదిత్యులతోఁ = పన్నిద్దఱు (12) సూర్యులలోపల; విష్ణుండునుంబోలెఁ = విష్ణువనువానివలె; తేజః అధికుండయినవానిని= ఎక్కువగాఁ బ్రకాశించువానిని; అనన్య...విభవంబునఁ- అనన్యసాధారణ = ఇతరులకు లేనట్టి; రూపవిభవంబునఁ = సౌందర్యాతిశయముచేత; రెండవ మన్మథుండునుంబోనివాని = రెండవ మన్మథుఁడో యనఁదగినవానిని; నలుఁ; కని=చూచి; అంతరిక్షంబునఁ = ఆకసమున, విమానంబులు; నిల్పి; భూతలంబునకుఁ; వచ్చి; వానికి; ఇట్లు; అనిరి.

33. నిత్యసత్యవ్రత = ఎడతెగక నిజముపల్కుట యనునియమముగల; నిషధేశ=ఓనిషధదేశాధిపా; నీవు; మాకుఁ; అమరంగఁ=చక్కఁగా దూతవు ఐ; అభిమతంబు చేయుము = ఇష్టము నెఱవేర్పుము. నావుడుఁ = అనియడుగఁగా; చెచ్చెరఁ=వేగిరముగా; అట్లులచేసెదను. మఱి = అయిన; నాకుఁ; చెప్పుఁడు అ=చెప్పుఁడీ. మీరలు; ఎవ్వారలు = ఎవరు; ఏను; మీకుఁ; ఇష్టంబుగాఁ; దూతను ఐ; ఏమి; చేయుదును. అనినఁ; ఆతనికిఁ; అమరేశ్వ

రుఁడు=ఇంద్రుఁడు; ఇట్టులు; అనియెన్; నేను; ఇంద్రుండను; వీరు; దిక్పాలురు = దిక్కులేలువారు; విదితయశులు = ప్రసిద్ధికెక్కిన కీర్తిగలవారు; ధరణిన్-ఒప్పుచున్న=జరుగుచున్న; దమయంతి సుస్వయంవరమున్; చూచు వేడ్కన్-వచ్చియున్న వారము. ఈవు; మమ్మున్; నామధేయకీర్తనములన్ = పేరులు పెట్టి పిలుచుటచేత; ఎఱిఁగింపుము= తెలుపుము.

34. అట్లయినన్=నీ వట్లుచేసితివేని; అకోమలి=ఆదమయంతి; మాయందున్; తనవలచువానిన్=తానుగోరినవానిని; వరించున్=కోరును. ఇంద్రునకున్; నలుఁడు; కృతాంజలి ఐ=చేతులు జోడించుకొన్నవాఁడై; ఇట్టు; అనియెన్;

35; నన్నున్; ఏకార్థసమవేతున్ = అదేపనితో వచ్చినవానినిఁగా; ఎఱిఁగిఎఱిఁగి=తెలిసితెలిసి; ఇట్టిపనికిన్; పనుపన్ =పంపుట; పాడిఅయ్యె = న్యాయమఁటయ్యె- అనినన్; ఉత్సుకుండవై = వేడ్కతోఁగూడినవాఁడవై; ఏల; చేసెదను; అంటివి; నీవు; చేయకుండన్=చేయకయుండుట అగునే= యుక్తమగునే.

36. నిన్ను, సత్యసత్యనిరతున్—కాన్ = ఎడతెగక సత్యము పలుకుట యందే యాసక్తునిఁగా, ఎఱిఁగి, ఇక్కార్యంబునకున్, వలను = ఉపాయము, కలుగుట = ఉండుట, ఎఱిఁగి, దూతభావము=దూతకృత్యము, అపేక్షించి = కోరి, పనుపవలసెన్ = పంపవలసివచ్చెను, దేవహితమున్ = దేవతలకుఁగా వలసిన, దీనిన్ = ఈపనిని, తీర్పవలయున్ = నెఱవేర్పవలయును.

37. ఆయుధీయసురక్షితంబు=ఆయుధములను ధరించిన భటులచేఁ జక్కఁగాఁ గాపాడఁబడినది, ఐన, రాజగృహంబు = రాజునంతఃపురంబును, ఎట్లు చొఱనగున్ = ప్రవేశింపవచ్చును. అని, శంకింపవలదు = సందేహపడవలదు, దమయంతీనివేశంబున్ = దమయంతియొక్కయింటు, (ప్రవేశించునప్పుడు) నిన్ను, ఎవ్వరు, వారింపన్ = అడ్డగించుటకు, ఓడుదురు = చాలరు; అనిన, శక్రువచనంబులన్=ఇంద్రునిమాటలచేత, అశంకితుండై = భయములేని

వాఁడై, నలుండు, ఒక్కరుండ=ఒక్కఁడే, విదర్భాపురంబునకున్, పోయి, దమయంతిగృహంబు చొచ్చి = దమయంతి యంతఃపురంబునఁ బ్రవేశించి.

38. హంసచేన్=హంసవలన, తనవినినంతకంటెన్=తానువిన్నదాని కంటె, రూపవిభవ అతిశయములన్=సౌందర్యసంపదల హెచ్చులతో, వెలయుదానిని=ప్రకాశించునదియు, సురకన్యకలయట్టి = దేవతాస్త్రీలనుబోలినట్టి సురుచిరలతకన్యకాళిచేన్=మిక్కిలి యందకత్తెలైననూర్వ్యాఁపడుచులగు చెలికత్తెలచే, పరివృత ఐనదానిని=చుట్టఁబడినదియు, హృదయేశుఁడు=తన మనోవల్లభుఁడు, ఐన, తన్నున్ (నలుని పేరును అనుట), ఎప్పుడున్=ఎల్లప్పుడు, వినుచునిక్కన్ = వినుచుండుటచేత, అలయక = శ్రమపడక, ఆశ్వాసిత ఐనదానిని=ఊఱటనొంది యుండునదియునైన, దమయంతిని, చూచి, నలుండు కందర్పశర అవిద్ధుఁడు=మన్మథబాణములచేఁ గొట్టఁబడినవాఁడు, అంతన్= తర్వాత, అతనిన్, చూచి, ఇతఁడు = ఈయుగపడువాఁడు, అపూర్వమనుజుఁడు=క్రొత్తమనుష్యుఁడు, ఎందుండి=ఎక్కడనుండి, వచ్చెనో, అనుచున్= అదరిపడి, అపుడు, లతాంగులుఎల్లన్ = స్త్రీలందఱు; ఆసనంబులను = తమకూర్చున్నతావుననుండి; డిగ్గి=దిగి; మనంబులందున్ = మనస్సులలో హర్షము=సంతోషము; ఎసఁగన్ = హెచ్చఁగా; ప్రత్యుద్గతలు ఐరి = ఎదుర్కొనిరి.

39. దమయంతి మనోభవనిభున్ = (రూపమున) మన్మథునితో సమానుండును; అమర ఇంద్రప్రతిమున్=(పరాక్రమమున) దేవేంద్రునితోఁ దుల్యుఁడును; దినకర ఆభున్=(ప్రతాపమున) సూర్యునితో సాటియైనవాఁడును; సుధాకరక్షమున్=(ఆహ్లాదము గలిగించుటయందు) చంద్రునితో సమానుఁడును వరుణసమున్ = (దయయందు) వరుణునిఁ బోలువాఁడును; ధనదరూపమున్= (భాగ్యమునందు) కుబేరుఁడేసాటిగాఁ గలవాఁడును; అశ్విసమానున్ = (చక్కఁదనమున) నశ్వినిదేవతలతో ఈడగువాఁడును ఐన నిషధపతిన్ = నిషధదేశము నేలికయగు నలున్ చూచి పైపద్యముతో నన్వయము,

40. వారిరుహనేత్ర=కమలములంబోలు కన్నులుగలదగు దమయంతి, మదనప్రేరితయై = మన్మథునిచేఁ బురికొల్పఁబడినదై, లజ్జ ఉడిగి = సిగ్గుమాలి, భీతిల్లక=భయపడక, బృందారకమూర్తికిన్=దివ్యశరీరము గలవాఁడగు, రాజకుమారునకున్ = నలునకు, మందమంద మృదు ఉక్తిన్ = మిక్కిలితిన్ననైన యింపుమాటలతో, ఇట్లు, అనియెన్.

41. నీవు, మహానుభావుఁడవు=ఎక్కువ మహిమగలవాఁడవు, ఇందులకున్=ఇచ్చటికి, ఏమి కారణంబునన్=ఏనిమిత్తముచేత, ఏకతంబున = ఒంటరిగా, వచ్చితివి, ఇది=ఈయంతఃపురము, అత్యుగ్రశాసనుఁడు = మిక్కిలి కఠినముగా దండించువాఁడు. ఐన మదీయజనకుచేన్ = ఐన నాతండ్రిచేత, సురక్షితంబు అగుటచేన్ = పదిలముగాఁ గాపాడఁబడున దగుటచేత, ఎవ్వరికిన్, చొఱన్ = లోపలికి వచ్చుటకు, అశక్యంబు = వీలుగాదు. దీనిన్=ఈయంతిపురంబును, ఎవ్వరు, ఎఱుంగకుండన్=తెలియకుండునట్లుగను, చొచ్చితివి=ప్రవేశించితివి. నాకున్, మనోవేదనావిదగ్ధుండవుఐన = మనస్సులో సంతాపమును పెంచువాఁడవయిన, నీ తెఱంగు = నీవర్తమానము, ఎఱింగింపుము. అనినన్, దానికిన్, నలుఁడు, ఇట్లు, అనియె.

42-43. ఇంతి = ఓదమయంతి, ఏను, దేవదూతను, నలుఁడు, అనువాఁడను, ఇంద్ర ధనద వరుణ యములు = ఇంద్రుఁడు కుబేరుఁడు వరుణుఁడు యముఁడును, నీ స్వయంవరమునన్, నెమ్మితోన్=ప్రీతితో, చూడఁగన్=చూచుటకు, అరుగుదెంచి=వచ్చి, అబల=ఓధైర్యములేనిదానా, నన్ను మున్న = ముందుగా, నీయొద్దకున్, పుత్తెంచిరి=పంపిరి, మాయందున్=మాలోపల, ఒక్కనిన్=ఒకనిని, ఇష్టమతిన్=అపేక్షగల బుద్ధితో, వరియింపన్ = కోరుటకు, తోయజముఖిన్ = తామరపువ్వుఁబోలు మొగముగల యో దమయంతిని, ప్రార్థింపుము. మా యందలి ప్రియము = మాయందలి కోరకను, సంప్రీతిన్ = ఇష్టముతో, ఒనర్పుమీ = చేయుము సుమీ.

44. అని, పంచినన్=పంపఁగా, తత్ప్రభావంబునన్ = వారి యనుగ్రహమునవలన, అలక్షితుండనై = ఇతరులకుఁ గనఁబడని వాఁడనై, వచ్చితిని.

వాఁడై, నలుండు, ఒక్కరుండ=ఒక్కఁడే, విదర్భాపురంబునకుఁ, పోయి, దమయంతీగృహంబు చొచ్చి = దమయంతి యంతఃపురంబునఁ బ్రవేశించి.

38. హంసచేఁ=హంసవలన, తనవినినంతకంటెఁ=తానువిన్నదాని కంటె, రూపవిభవ అతిశయములఁ=సౌందర్యసంపదల హెచ్చులతో, వెల యుదానిని=ప్రకాశించునదియు, సురకన్యకలయట్టి = దేవతాస్త్రీలనుబోలినట్టి సురుచిరశతకన్యకాళిచేఁ=మిక్కిలి యందకత్తెలైన నూర్వురుపడుచులగు చెలికత్తెలచే, పరివృత ఐనదానిని=చుట్టఁబడినదియు, హృదయేశుఁడు=తన మనోవల్లభుఁడు, ఐన, తన్నుఁ (నలుని పేరును అనుట), ఎప్పుడుం=ఎల్లప్పుడు, వినుచున్కిఁ = వినుచుండుటచేత, అలయక = శ్రమపడక, ఆశ్వాసిత ఐనదానిని=ఊఱటనొంది యుండునదియునైన, దమయంతిని, చూచి, నలుండు కందర్పశర అవిద్ధుఁడు=మన్మథబాణములచేఁ గొట్టఁబడినవాఁడు, అంతఁ= తర్వాత, అతనిఁ, చూచి, ఇతఁడు = ఈయగపడువాఁడు, అపూర్వమను జుఁడు=క్రొత్తమనుష్యుఁడు, ఎందుండి=ఎక్కడనుండి, వచ్చెనో, అనుచుఁ= అదరిపడి, అపుడు, లతాంగులు ఎల్లన్ = స్త్రీలందఱు; ఆసనంబులను = తమకూర్చున్నతావుననుండి; డిగ్గి=దిగి; మానంబులందుఁ = మనస్సులలో హర్షము=సంతోషము; ఎసఁగన్ = హెచ్చఁగా; ప్రత్యుద్గతులు ఐరి = ఎదురొలునిరి.

39. దమయంతి మనోభవనిభుఁ = (రూపమున) మన్మథునితో సమానుండును; అమర ఇంద్రప్రతిముఁ=(పరాక్రమున) దేవేంద్రునితోఁ దుల్యుఁడును; దినకర ఆభుఁ=(ప్రతాపమున) సూర్యునితో సాటియైనవాఁడును; సుధాకరకల్పుఁ=(ఆహ్లాదము గలిగించుటయందు) చంద్రునితో సమానుఁడును వరుణసముఁ = (దయయందు) వరుణునిఁ బోలువాఁడును; ధనదోపముఁ= (భాగ్యమునందు) కుబేరుఁడేసాటిగాఁ గలవాఁడును; అశ్విసమానుఁ = (చక్కఁదనమున) నశ్వినీదేవతలతో నీడగువాఁడును ఐన నిషధపతిఁ = నిషధదేశము నేలికయగు నలుఁ జూచి వైపద్యముతో నవ్యయము,

ఇంద్రాదులకున్ = ఇంద్రుఁడు మున్నగు వారియొక్క, ప్రియంబు=ఇష్టమును, చేయుము=నెఱవేర్పుము. అనినన్, దమయంతి, ఆనతవదన ఐ = తలవంచుకొన్నదై, తొల్లి=మునుపు, హంసచేతన్=హంసమూలమున, నలున్- (నలుని గుణముల ననుట) విని, వానియందున్ అ = ఆనలునియందే, బద్ధ అనురాగ అయి = ప్రేమను బంధించినదై, నవయుచున్నయది = చిక్కిపోవుచున్నట్టిది. అపుడు, అతనిని ఎఱిఁగి=నలుఁడని తెలిసికొని, తద్వచనశ్రవణదుఃఖాయమాన మానస అగుచున్-తత్ =ఆనలుని, వచన=మాటలయొక్క, శ్రవణ=వినుటచే, దుఃఖాయమాన = దుఃఖము గలదగుచుండు, మానస అగుచున్= మనసుగలదై, ఇట్లు, అనియెన్.

45. ఏను, ఏడన్=ఎచ్చటు, ఇంద్రాదులు=ఇంద్రుఁడు మున్నగువారు, ఏడన్=ఎచ్చటు, వారలకున్, ఎప్పుడు, మ్రొక్కుదును, నేను, నీధనమ = నీయొక్క ధనంబయినదానను, భూనాథ=ఓరాజా, నీగుణంబులు = నీసుగుణంబులు, హంసచేతన్= హంసవలన, మనంబునన్, నిల్పియున్నదానను=ఉంచుకొనియుండుదానను, భవన్నిమిత్తంబునన్ = నీరాకకై, ఇట్లు, అఖిలధారుణీనాథసార్థంబు=రాజులందఱియొక్క కూటమును, ఇప్పుడు, రావింపఁగాన్ వలసెన్=రప్పింపవలసి వచ్చెను. లోకఖ్యాతకీర్తి = జగమెల్లఁ బ్రసిద్ధి చెందిన పేరుగల యోనలుఁడా, కరుణించి= దయతలఁచి, ఇందున్=ఈనాపు, పతిబుద్ధిన్=మగండనెడితలంపును, కావింపుము = ఉంచుము.

46. నీవు, దీనికిన్, ఒడంబడవునాఁడు = ఒప్పుకొననప్పుడు, రజ్జు...లంబులన్-రజ్జు=త్రాళ్ళచేతనో (ఉరిపోసికొనియో), విష = గరళముచేతనో (విసము మ్రింగియో), అగ్ని =నిప్పుచేతనో(చిచ్చున నుఱికియో), జలంబులన్ = నీటిచేతనో (నూయి మొదలగువానియందుఁ బడియో), ప్రాణపరిత్యాగంబు చేసికొందును = ప్రాణములను విడిచెదను. అనిన, దానికిన్, నలుఁడు, ఇట్లు, అనియె.

47. భూరిసత్త్వులు = ఎక్కువైన బలముగలవారు, సర్వలోకవిభుల్ = అన్నిలోకములకుఁ బ్రభువులు, విభూతిసమృద్ధులు = ఐశ్వర్యము గలవారు, ఇద్ధ ఉరుకీర్తులు = ప్రసిద్ధికెక్కిన గొప్పపేరుగలవారయిన, అమరఉత్తముల్ = దేవతాశ్రేష్ఠులు, నినున్, కోరుచున్నవారు, సురలు = వేల్పులు, నీకున్ ప్రపన్నులై = నీయెడఁ బ్రేమగలవారయి, ఉండఁగాన్, వారి పాదరజంబున్ — పోలని వారిన్ = వారియొక్క కాలిదుమ్ముతో సాటికానివానిని; మనుష్యున్ = మానవుని, సంసారిన్ = కుటుంబిని, కోరఁగన్ = కోరుట, చన్నె = యుక్తమా!

48. తరుణీ = ఓజవ్వని, దేవతలకున్ = వేల్పులకు, అప్రియంబులు = అనిష్టములు, కావించి = చేసి, మనుష్యులు, ఇలన్ = పుడమియందు, అధమగతులు = నీచగతిగలవారు, అగుదురు. కావునన్ వారికిన్ = ఆవేల్పులకు, ఇష్టము, కావింపుము = చేయుము, నన్నున్, ప్రీతిన్ = సంతసముతో, కావుము = రక్షింపుము.

49. అనినన్, దమయంతి, నయన అంతర్గళిత బాష్పధారాకలితకపోల యుగళ-నయన = కన్నులయొక్క, అంతః = లోపలినుండి, గళిత = కారిన, బాష్ప = కన్నీటియొక్క, ధారా = ధారలచే, ఆకలిత = అంతటనిండిన, కపోల = చెక్కిళ్ళయొక్క, యుగళ = జంటగలది, అగుచున్, పెద్దయున్, ప్రొద్దు = చాలసేపు, చింతించి = ఆలోచించి, నీ యభిప్రాయంబునకున్ = నీతలంపునకు, నిరపాయంబు = చెఱుపులేనట్టి, ఉపాయంబున్ = తంత్రమును, కంటివి = కనుగొంటివి, ఇంద్రాదులు; నా స్వయంవరంబునకున్, వచ్చెదరేని = వచ్చునెడల, వారసన్నిధిని = వారియెదుటనే, నిన్నున్, వరియించెదను = కోరెదను, అట్లయినన్, నిర్దోషంబు = దోషములేమి, అగును, అనినన్, నలుండును, లోకపాలురపాలికిన్ = లోకపాలురవద్దకు, చని, దమయంతి, పల్కినవిధంబున్ = చెప్పినరీతిని, చెప్పెను. అంతన్ = తరువాత పుణ్యతిథినక్షత్ర ముహూర్తమునన్ = శుభకరమైన తిథినక్షత్రములతోఁ గూడిన శుభముహూర్తమున; దమయంతీ స్వయంవరంబు ప్రవర్తిల్లినన్ = జరుగఁగా.

50. నళినదళనేత్ర=తామరరేకులంబోలు కన్నులుగల యాదమయంతి, నలుని ఆ కాని = నలునినే తప్ప, (ఒరుల) వరియింపదు-అటె = వరియింపదట, చూతము. అనుచున్, అమరవరులు= వేల్పులలో మేటులు, నలువురును, కడఁగి=ప్రయత్నముతో, నలరూపములన్=నలుని వేషములతో (కూడి), అతిముదమునన్=ఎక్కువసంతసముతో, ఆ స్వయంవరంబునకున్. వచ్చిరి,

51. అంతన్=ఇట్లు ఇంద్రాదు లందఱు రాఁగా.

52. అంబుజ అక్షి= కమలంబులఁబోలు కన్నులుగలదగు, దమయంతి, సిత...హస్త ఐ-సిత=తెల్లనైన, పుష్పదామ = పువ్వులసరములచేత, అభిశోభిత=అంతట నలంకరింపఁజేయఁబడిన, హస్త ఐ = కరముగలదై (చేతియందుఁ దెల్లనిపూవులు గ్రుచ్చినసరములు పట్టుకొన్నదై), చనుదెంచి=వచ్చి, అమ్మహో...నివహంబున్-అమ్మహోత్సవ=అస్వయంవరంబను వేడుకయొక్క, దర్శన=చూచుటకై, ఆగత=వచ్చిన, రాజన్య=రాజులయొక్క, నివహంబున్= సమూహమును, నెమ్మితోడన్=ప్రేమతో, ఈక్షించి = చూచి, నలువుర వేల్పులు=ఇంద్ర యమ వరుణ కుబేరు లనెడి నలువురు దిక్పాలురను, నలున్, తొట్టి = పోలి(నలునివలె), అప్పుడు, ఏక ఆకారులు ఐ = ఒకటే యాకారము గలవారై, ఉన్నన్, అందున్ = వారిలో, నలునిన్, ఏర్పరింపఁగన్ = కనుఁగొనుటకు, నేరక=చాలక, ఇంద్రాదులను=ఇంద్రుఁడు మొదలగువారిని, నలున్, ఎఱుంగు, ఉపాయము, ఇంకన్, ఎద్ది ఒక్కొ=ఏదో, అనుచున్, సంశయ ఆకుల ఆత్మ ఐ=సంశయముచేఁ గలవరపడిన మనస్సుగలదై, సురలార= ఓ దేవతలారా, నలున్, ఎఱుంగువిధము, నాకున్, చేయుఁడు=తెలియఁజెప్పుడు ఆత్మరూపధరులరు = నిజరూపమును దాల్చినవారలు, అగుడు, అని తన మనములోనన్. పరిదేవనంబు, చేసెను, చింతించెను = వగచెను.

53. దేవతలు; దానిపరివేదనంబు=ఆదమయంతియొక్క చింతను; విని; కరుణించి=దయతలఁచి; అనిమిషలోచనంబులు- అనిమిష = రెప్పపాటులేని; లోచనంబులు = కన్నులును; అస్వేదగాత్రంబులును = చెమటగాఱని మేను

కాలంబు = చాలదినములు, ఉండి; ఒక్కనాఁడు; అతఁడు, అశుచియై = అపరిశుద్ధుఁడై, మఱచి = జ్ఞప్తితప్పి, సంధ్యోపాసనంబు = సంధ్యావందనంబు, చేసినన్ = చేయఁగా, ఉపలబ్ధఅవసరుఁడుఐ =సందుగనిపెట్టినవాఁడై, కలి, నలునందున్, ప్రవేశించి, పుష్కరుఁడు, అనువానిపాలికిన్, పోయి, తన్నున్-ఎఱింగించి = తాను కలిపురుషుఁడని తెలిపికొని, నీవు,నలునితోన్, జూదంబు, ఆడి, వానిరాజ్యంబు, సర్వంబున్ = అంతయును, ఒడిచికొమ్ము = లాగికొనుము, అని, చెప్పి, తానును, వానికిన్ = ఆపుష్కరునికి, విప్రవేషంబునన్=బ్రాహ్మణవేషంబుతో, సహాయుఁడై = తోడ్పడి, అక్షంబులు పాచికలు, కొని = తీసికొని, పుష్కరునితోన్, ఒక్కటన్, కూడ, చని, నలున్, కాంచి, నీవు, మారాజుతో, జూదంబు, ఆడుము, అనినన్.

58. ద్యూతార్థము = జూదము నిమిత్తము, తత్క్షణఆహూతుఁడను= ఆజూదరియగు పుష్కరునిచేఁ బిలువఁబడినవాఁడను, ఐ=అయి, జూదము ఆడకుండుట, ధర్మఅపేతంబు = న్యాయముతప్పినది, అని, అభిముఖుఁడై=ఒప్పుకొన్నవాఁడై, అతనితోఁ = ఆపుష్కరునితో, నలుఁడు, జూదము, ఆడన్, కడంగెన్ = పూనెను.

59. నలుఁడు, కలిప్రేరణంబునను = కలిపురుషుని ప్రోత్సాహముచేత, హృతమతిఐ = బుద్ధికలఁగినవాఁడై, నిజఆప్తులు=తనమేలుకోరెడివారు, వారించినన్=అడ్డగించినను, ఉడుగక = వదలక, కలధనములుఎల్లన్=తనకున్న యావదాస్తియు, ఒడ్డుచున్ = పందెముగాఁబెట్టుచు, అలయక=విసుకుచెందక, జూదమునన్, విజితుఁడు అగుచుండెన్ = ఓడిపోవుచుండెను.

60. ఇట్లు, అనేకమాసంబులు=పెక్కునెలలు, దుర్వ్యసనఆసక్తుఁడయి = చెడ్డవ్యసనమగు జూదమునందపేక్షగలవాఁడై, ఆనలుఁడు, వివిధవస్తువాహనసమూహంబులు=అన్ని తెఱఁగులైన పదార్థములను గుఱ్ఱములు యేనుఁగులు మొదలగువానియును సమూహంబును, ఒడ్డి = పందెము పెట్టి, పుష్కరునకున్, ఓటువడన్-పోయినన్ = ఓడుచురాఁగా, పౌరబ్రాహ్మణప్రధానులు—పౌర=పుర

జనులు, బ్రాహ్మణ=ద్విజులు, ప్రధానులు=మంత్రులు, దమయంతీపురస్కృతులు ఐ = దమయంతిని ముందిడుకొన్నవారై, వచ్చి, వారించి = ఆటంకపెట్టియు, కలిసమావేశ పరవశుఁడు ఐన = కలిపురుషునియొక్క చొచ్చుటచే నొడలుమఱచినవాఁడయిన, అన్నలుచేతన్, ప్రతిహతులై = ఆఁపఁబడినవారయి, పలుకకుండిరి. అంతన్ = అప్పుడు, దమయంతి, చింతాక్రాంతచిత్త ఐ = దుఃఖముచే నావరింపఁబడిన మనస్సుగలదై, (మనోదుఃఖముతో నిండినదై)

61. ఎంత=ఎంతదూరము, ఓటువడినన్=ఓడిపోయిన, అంతియ=అంతమాత్రమె, జూదమునందున్, తగులు = ఆశయు, చలము=పట్టుదలయు, అతిశయిల్లున్=హెచ్చును, ఏమిచేయుదానను = నేనేమి చేయఁగలను, ఇది=ఈజూదము, ఎగ్గునకున్ = కీడునకు, మూలము=కారణము, అని, లతాంగి=దమయంతి, దుఃఖితాత్మ అగుచున్ = మనస్సున దుఃఖమునొందినదియై.

62. అక్షముల్=పాచికలు, పుష్కరునందున్=పుష్కరునికి, (షష్ఠ్యర్థంబున సప్తమి) వశ్యంబులు ఐ=అధీనములై, ఉనికియున్ = ఉండుటయు, నలునియందున్ = నలునకు, (ఇదియు షష్ఠ్యర్థమున సప్తమి) ఒండువిధములు, అగుటయున్=వేఱు తీరుగలవిగ నుండుటయు, ఎఱిఁగి, నిజ అధీశ్వరునకు = తనమగనికి, అపజయము అకా=ఓటమియే అగునట్లు, లక్షించి=ఊహించి, సరసిజ అక్షి=తమ్మిరేకులంబోలుకన్నులుగలదమయంతి, మున్ = ముందుగా, భర్తృ యనుజ్ఞ=పెనిమిటి యనుజ్ఞను, పడసి= పొంది, వార్ష్ణేయుఁడు, అనుసారథిన్, పిలిచి, ఈస్యందనమునన్ = ఈరథంబునందు, ఇంద్రసేనుఁడు అను కుమారకున్ = ఇంద్రసేనుఁడనెడి యాచిన్నికొడుకును, ఇంద్రసేన అనుకూతున్= కుమార్తెను, చెచ్చెరన్ = వేగమే, తోడుకొని, విదర్భకున్=విదర్భాపురికి, అరిగి, కొలుకొని=యత్నించి, మత్-బంధుజనులయొద్దన్ = నాచుట్టములకడ పెట్టి=విడిచి, సరగ=వేగముగా, రమ్ము, అటంచున్=అని చెప్పుచు, పంచి=అనతిచ్చి, ఆప్తపురోహితమంత్రిబాంధవ అభిమతమున్=ఇష్టులయు పురోహితులయు మంత్రులయు బంధువులయు నభిప్రాయమును పొంది (సారథిన్), పుచ్చెను = పంపెను.

63. నలుఁడును, ధరణీరాజ్యముఁ = పుడమియొక్క రాజ్యమును, తలఁగఁగఁ = పోఁగా, సర్వంబును = యావత్తును, అపహృతంబు ఐనఁ = దోఁచుకొనిపోఁబడఁగా, కడుఁ = మిక్కిలి, తలరి = భయపడి (చింతించి), అశేషరాజ్యవిభవచ్యుతుఁడు ఐ = రాజ్యమంతయుఁ బోఁగొట్టుకొన్నవాఁడై, దమయంతిఁ, తోడ్కొని, వెలువడియెఁ = పట్టణమును విడిచిపెట్టెను.

64. పురము వెలి = పట్టణమునకు వెలుపట, మూఁడు అహోరాత్రములు = మూఁడు దినములు, వసించియున్న, నలుపాలికిఁ = ఆనలమహారాజునొద్దకు, జనవిభుఁడు-ఐన-పుష్కరుశాసనమునఁ = రాజగు పుష్కరుని యానతివలనను, కలికృతమునఁ-కలి = కలిపురుషుని చేత, కృత = చేయఁబడిన, ద్యూత = జూదమువలని, విద్వేషకారణమునఁ = విరోధమను కారణమువలనను, ఎవ్వనిను = ఒక్కఁడైనను, అరుగఁ = పోవుటకు, ఓడిరి = భయపడిరి.

65. ఇట్లు, సర్వజనసత్కార అర్హుండు అయ్యుఁ = జనులందఱియొక్క మర్యాదలకుఁ దగినవాఁడైనను, నలుఁడు, విధివశంబునఁ = దైవవశంబువలన, ఎవరివలనఁ, సత్కారము = మర్యాద, కానక, జలంబు = నీళ్ళే, ఆహారము కాఁ = ఆహారము కాఁగా, తత్పురసమీపంబుఁ = ఆపట్టణపుచేరువ, దమయంతీద్వితీయుండై = దమయంతియే రెండవదిగాఁగలవాఁడై, ఉండి, బుభుక్షాపీడఁ = ఆఁకలిబాధను, సహింపనోపక = ఓర్వఁజాలక, హిరణ్యపక్షంబులతోఁ = బంగారు ఱెక్కలతో, తనముందటఁ = తనయెదుట తిరుగుచున్న, పక్షులఁ, కని, అవి = ఆపక్షులు, భక్ష్యములు అగును అని = తినఁదగినవని, ఆపక్షులఁ, పట్టికొనఁ = పట్టుటకు, సమకట్టి = పూని, తనకట్టినపుట్టంబు = తాను దాల్చినవస్త్రము, వానిపైఁ = ఆపక్షులమీఁద, వైచినఁ = వేయఁగా, అవి, పుట్టంబుతోఁ — ఆ వస్త్రముతోనే, గగనంబునకుఁ = ఆకాశమునకు, ఎగసె = ఎగిరె, నగుచుఁ = నవ్వుచు, విగతవస్త్రుఁడు ఐన = కట్టుబట్టలేనివాఁడగు, నలునికి, ఇట్లనియె.

66. పార్థివేంద్రా = ఓరాజాధిరాజా, నీధనంబును, రాజ్యంబును, నికృతిన్ = కపటముతో, కొన్న, అక్షములము = పాచికలము, ఏము, నీవస్త్రము; అపహరింపన్; పక్షిరూపులము ఐ వచ్చి అపహరించితిమి; అని; చెప్పి; చదలన్ = ఆకాశమందు; అరిగెన్ = పోయెను.

67. నలుండును; వానిన్ = ఆపక్షులను; చూచి, విస్మయము = ఆశ్చర్యము; అంది; ఈయక్షంబులదోషంబునన్ కాక = ఈపాచికలద్రోహమువలననే తప్ప, ఏమి; నాకున్; ఇట్టిది; అయ్యెను. (ఈపాచికలవలననే నాకింత యనర్థము సంప్రాప్తమయ్యెను) అనుచు; దమయంతి; కట్టిన; పుట్టంబు చెఱంగు = కట్టుకొన్న చీరపైఁటకొంగును; కట్టికొనియెను. అట్లు; ఇరువురు = ఇద్దఱు; ఏకవస్త్రులు ఐ = ఒంటిబట్టకట్టినవారై, ఒండొరుల మొగంబులు, చూచి; దుఃఖించుచుండన్; నలుఁడు; దమయంతికిన్; ఇట్లనియె.

68. ఇది; దక్షిణాపథంబునకున్ = దక్షిణదేశమునకు; ఇదియున్ = మఱియొక్కటి; విదర్భాపురంబునకున్; ఇది; కోసలకున్ = కోసలదేశమునకు; ఇది; ఉజ్జయినికిన్ = ఉజ్జయినిపట్టణమునకును; తెరువులు = మార్గములు; మదిన్ = మనసులో; ఇన్నిటిలోనన్ = ఈదారులలోన; మనకున్ = మనము; ఎద్ది = ఏదారి; అరుగన్-అగున్ = పోఁదగును.

69. ఇందుముఖి = చంద్రబింబముఁబోలు మోము గలదానా; అడవులలోనన్; నాతోన్; కడున్ ఇడుములు = ఎక్కువశ్రమలు; పడన్ ఓపవు = అనుభవింపఁజాలవు. ఇప్పుడు; నీబంధుజనంబులకడకున్ = నీచుట్టాలదగ్గఱకు; అరుగుము. అనవుడున్ = అని చెప్పఁగా; తరుణి = జవ్వని యగు దమయంతి, శోకగద్గద = వ్యసనముచే డగ్గుత్తిక కలది; అగుచున్.

70. అతనికిన్; ఇట్లు; అనియెన్; అవనీశ = పుడమిఱేఁడా, నీవును, నేనున్, చని, విదర్భన్ = విదర్భయందు, ఇష్టలీలన్ = ఇచ్ఛావిహారములతో, ఉందము. మృగా..వనంబులకున్ - మృగ = క్రూరజంతువుల చేత, ఆకుల = నిండిన, ఉగ్ర = భయంకరమైన, వనంబులకున్ = అడవులకు, అరుగన్ ఏల = పోవనేల, ఇడుములు = ఆపదలు, అందన్ ఏల = పడుటకు ఎందుకు?

71. అనినన్, వి॥, నలుఁడు, అపనత ఆపనుఁడు ఐ=తలవంచుకొన్నవాఁడై, నీచెప్పినయట్లు = నీమాటప్రకారమె, విదర్భేశ్వరురాజ్యంబును = విదర్భరాజ్యమును, మనరాజ్యంబు అ = మనరాజ్యమే, ఏను, తొల్లి, అధిక ఐశ్వర్యయుతుఁడను ఐ = ఎక్కువకలిమితోఁ గూడినవాఁడనై, అందులకున్ = ఆవిదర్భకు, పోయి, బంధుజనులకున్ = చుట్టాలకు, హృదయము ఆనందము = మనస్సంతోషము; చేసి; ఇప్పుడు; ఇవ్విధంబునన్; సర్వహీనుండను ఐ = అంతయుఁ బోఁగొట్టుకొని; ఎట్లు; పోవనేర్తును = పోవఁగలను. అనినన్; దమయంతి; ఇట్లు అనియెను.

72. ఎందున్ = ఎచ్చటను; అఖిలదుఃఖరోగ ఆర్తునకున్ = సకలములైన వ్యసనములను వ్యాధులచేత పీడింపఁబడినవానికి; ఔషధంబు = మందు; భార్య అచూవె = పెండ్లామెసుమా; ఒనరన్ = చక్కఁగా; భార్యసమేతుఁడు ఐ = పెండ్లముతోఁగూడినవాఁడై; ఉన్నవానికిన్; ఎంతలుఆపదలు = ఎంతశ్రమములు; అయ్యును = కలిగినను; ఎఱుకపడవు = తెలియవు.

73. ధరణీతలనాథ = ఓపుడమిఱేఁడా; అలయునెడన్ = పనిచేయుటచే నలపుచెందునపుడు, డయ్యునెడన్ = దారినడక మొదలగువానిచే శ్రమపడునపుడు; ఆఁకలియును; తృష్ణయున్ = దప్పియు; ఐనయెడన్ = కలిగినప్పుడు; కనుఁగొని = కనిపెట్టి; భార్యయు; పురుషునకున్ = మగనికి; చిత్తమునన్ = మనస్సునందు; దుఃఖంబుల్ = వ్యసనములు, ఇమ్ములన్ = చక్కఁగా; పాచున్ = తొలఁగించును.

74. కావున; ఇది = ఈదమయంతి; మత్-అధీనజీవిత = నాకులోఁబడిన ప్రాణముగలది; అనియున్; అనువ్రతే = నావంటి నియమముగలది; అనుసరించినదిఅనియు; అనుకంపనీయ = దయచూపఁదగినది; అనియు; నన్నున్; విడువక; నాయనుగమనంబునకున్ = నేను వెంబడినచ్చుటకు; అనుమతుండవు; కమ్ము = అంగీకరింపుము. అనినన్, అట్లు అ = అలాగున నేచేయుదును. ప్రాణసమానవు = నాప్రాణములకు సమానురాలవు; అయిన; నిన్నున్; ఏల; విడుతును;

ఓడక ఉండుము = వ్యసనపడకుండుము. అని నలుఁడు, దమయంతిన్, ఆశ్వా
సించుచున్=ఊఱడించుచు, ఒక్కటన్ = కూడి, చనిచని=పోయిపోయి, విజ
నంబు=ఏకాంతము, ఐన, విపినంబునన్=అడవియందు, ఒక్కసభన్= ఒక్క
రచ్చకొట్టమును, కని, అందున్ = దానియందు, విశ్రమించి, = దిగి, పరుష
ధూళిధూసరస్థలంబునన్-పరుష=కఱుకైన, ధూళి=దుమ్ముచే, ధూసరిత=పా
గవర్ణముగలదిగా చేయఁబడిన, స్థలంబునన్ = తావునందు, శయనించి, మార్గ
శ్రమనిమీలిత నయనుఁడు ఐ-మార్గశ్రమ = దారినడకవలని యలసటచే; నిమీ
లిత = మూసికొన్న, నయనుఁడు అయి = కన్నులుగలవాఁడై, దుఃఖంబునన్
= వ్యసనముచేత, కన్ను మొగుడకున్నన్ = నేత్రములు మూతపడకయుండఁ
గా; నిద్ర రాకయుండఁగా, లేచి=కూర్చుండి, తనపాదములయంతికంబునన్
=తనకాళ్ళవద్ద, అతిక్లేశపరవశ అయి=ఎక్కువ దాగిబడలికచే సొక్కినదై, ని
ద్రపోయెడు దమయంతిన్, చూచి.

75. ధరణిరాజ్యంబుతోన్=భూమిపరిపాలనంబుతో, ధనము ఎల్లన్=
ద్రవ్యమంతయును, పరులచేన్=శత్రువులచేత, అపహృతంబు, ఆగుటయున్=
అపహరింపఁబడుటయు, ఆప్త...జనంబులున్ - ఆప్త = హితముచెప్పువా
రు, మిత్ర = చెలికాండ్రు; బంధుజనంబులున్ = చుట్టములును, ప్రకృతిజనం
బులున్ = మంత్రులును, విడుచుటయును = విడిచిపెట్టుటయు. మహావిపిన
భూమిన్ = కాఱడవియందు; పత్నితోన్=భార్యతో; తనపరిభ్రమియించుట
యున్=తానుదిరుగుటయు; అప్డు; తలఁచి; శోకించి=దుఃఖించి, ఈతరుణి =
ఈజవ్వని; తొల్లి; మృదుశయనంబునన్= మెత్తని పాన్పునందు; మెలఁతలు-
చెలికత్తెలు; మెలపుతోన్ =జాగ్రత్తతో; అడుగులు ఒత్తన్= కాళ్ళుపిసుకఁ
గా; నిద్రఅనుభవించు = నిద్రపోవునట్టి; కోమల అంగి = మృదుశరీరముగలది;
ఇప్డు; గుఱుకొని=శ్రమపడి; పాంసుస్థలమునందున్=దుమ్ముతో నిండినతా
వునందు; నిద్రన్ తగిలినదియున్ = నిద్ర చెందునదియు; పంకజాక్షి=తామ
రరేకులంబోలు కన్నులుగలదియగు; ఈచాన; నాతన్;భార్య; ఐ; దైవ
ఘటనన్ చేసి=గ్రహచారమువలన; ఇంతదుఃఖంబున్; పొందెను.

76. ఏను, దీనిదుఃఖంబులఁ, చూడనోపను = చూడఁజాలను, ఎటుకేనియుఁ = ఎచ్చటికేనియు, పోయెదను, ఇది, నన్నుఁ, కానక, తనబంధుల యొద్దకుఁ, పోయి, దుఃఖపడక, ఉండును. అని విచారించి=తలపోసి, పోవఁ, సమకట్టి=పూని, ఆకోమలి; మేలుకొనకుండఁ, మెల్లన=తిన్నగా, దానివస్త్రంబునందుఁ, అర్ధంబు=సగము, చించి, తనకుఁ, పరిధానంబు=కట్టుబట్టగా, చేసికొని, వెలువడి = బయలుదేరి, కొండొకనేలపోయి=కొంతదూరంబుచని, దమయంతియందుఁ, తననెయ్యంబు అనుత్రేఁగఁ=తనప్రేమయనెడి త్రేఁగను త్రెంపఁ, నేరక = చాలక, క్రమ్మఱఁ = మరల, అచ్చోటికిఁ, వచ్చి

77. కలి=కలిపురుషుఁడు, దమయంతిఁ, పాపఁ = విడిపించిపోవునట్లుచేయుటకు, సమకట్టుఁ=పూనును, సతిఁ = పతివ్రతయైన, ఆలలనను=ఆసుందరిని, నలుఁడు, దీర్ఘసౌహృదబలంబునఁ = విస్తారమైన చెలిమియొక్క శక్తిచేత, పాయఁ ఓపఁడు = విడచిపోవఁజాలఁడు. ఇట్టులు=ఇవ్విధంబున రెంటఁ చేసి=కలి ప్రేమ బలమువలన, ఆనలుఁడు, విమోహరజ్జులఁ=మోహమనెడి త్రాళ్ళయందు, పెనంగి=మెలివడి, గత ఆగతకారి=వచ్చుటపోవుటలను చేయునట్టి, అయిన ఉయ్యేలయునుఁ పోలెఁ = ఊయాలవలె, ఊఁఅడక = నిలుకడనొందక, ఎంతయుఁ ప్రొద్దు=దీర్ఘకాలమునకు, వినిశ్చితాత్ముఁడై = మనమున నిర్ణయము చేసికొన్నవాఁడై, (పై. పద్య. అ.)

78. బాలఁ = ధైర్యములేనిదియగు నిదమయంతిని, ఒక్కర్తుఁ = ఒంటరిగా, ఇక్కానపాలుచేసి = ఈయడవిపాలుచేసి, నిష్ఠురుఁడను ఐ = దయమాలినవాఁడనై, ఏను, ఎట్లు, పోవఁ నేర్తును = పోవఁజాలుదును, అనక = అనితలఁపక, కలిచేతఁ, ఆకృష్టుఁడు = ఈడ్వఁబడినవాఁడు, ఐన నలుఁడు, విగతకరుణుఁడు ఐ = దయమాలినవాఁడై, దమయంతిని, విడిచి, వనికిఁ=వెళ్ళిపోయెను.

79. అంతఁ=తర్వాత, దమయంతి, మేలుకని=నిద్రలేచి, తనపతిఁ, కానక=చూడక, తనవస్త్రార్ధవికర్తనంబునుఁ=తనచీరలో సగము చింపఁ

బడియుండుటను, చూచి లేచి, నలుగడలను=నాలుగుదిక్కులను, పరికించి = వెదకి, భయశోకవ్యాకులచిత్తయై = భీతిచేతను దుఃఖముచేతను కలవరపడిన మనస్సుగలదై.

80. హా మహారాజ = ఓ రాజేంద్రుఁడా, మహా...రాతి...మహాత్ = గొప్పదైన-విశాలమైన, మహీ=భూమియొక్క, రక్షణ = పాలించుటయందు, దక్ష = నేర్పుగలదైన, దక్షిణబాహు = కుడిచేతిచేత, దండిత=శిక్షింపఁబడిన, ఆరాతి = శత్రువులుగల, నిషధరాజాగ్రణి = మేటియైన నిషధదేశాధినాథా, నన్నుఁ, ఇట్లు, వీతదయుండవై=దయలేనివాఁడవై, విడిచిపోవఁ= విడిచిపెట్టిపోవుట, తగును ఏ = యుక్తమా? నీవు, ఎన్నఁడు, ధర్మువుఁ = న్యాయమును, తప్పనివాఁడవు. సూనృతవ్రతరతుండవు = నిక్కము పలుకుటయే ప్రధానవ్రతముగాఁ గలవాఁడవు, ఓడకుము = భయపడకుము. అని; ననుఁ, ఊఱడఁ=నిమ్మళించునట్లు; పలికినపలుకు = చెప్పినమాట, మఱవఁ కఁ = మఱచుట, పాడి అయ్యె = న్యాయమయ్యె, పొదలలోనఁ=తీఁగల గుంపులందు, డాఁగి, పొడసూపక = కనఁబడక, ఇట్లు, ఏల=ఎందుకు; ఉన్న వాఁడవు. ఇట్టి ఉగ్రభావము=ఈలాటికటికితనము, ఏల = ఎందుకు, నీకుఁ; అయ్యెఁ=కలిగెను. ఎటుఁ = ఎచ్చటికి, పోదును, ఇంకను, ఉగ్రకాననమునఁ=భయంకరారణ్యమునందు, నిన్నుఁ, ఎట్లు; కాంతును = చూతును.

81. వగవఁ కఁ = యోచింపఁగా; సాంగఉపాంగములు — ఆఱంగములు ఆఱుఉపాంగములు కూడిన; నాలుగువేదములయు = నాలుగువేదములయొక్కయు; అధ్యయనము = చదువుట; పోల్పఁగా = సరిగా; ఒకసత్యముతో = సత్యమైనమాటను నెఱవేర్చుటతో; ఎన అగునే = సాటియగునా? ఎవ్వియుఁ=ఎట్టిసత్కార్యములును; సత్యంబుఁ = నిక్కము మాటాడుటను; పోలవు అఁట = తూఁగవఁట. సత్యవాక్యము నెఱవేర్పుతో నేవియు సమానములుగావు.

82. ప్రాణసమానవు = ప్రాణములతో సాటివి; అయిన నిన్నున్; అవశ్యంబు = తప్పకను; విడువన్; అని; పలికితివి; సత్యప్రతిపాలనంబు = ఆడినమాట నెఱవేర్చుటను; చేయుము. అని ప్రలాపించుచున్ = ఏడ్చుచు; తనయేకాకిత్వంబునకున్ = ఒంటరితనమునకు; అబలభావంబునకున్ = తనయాడుతనమునకును; ప్రతిపద...భయంబునకున్ - ప్రతిపదన్యాస = ఒక్కొక్కయడుగెత్తిపెట్టునప్పుడు; జాయమాన = పుట్టుచుండు; కంటక = ముండ్లు; మృగ = మృగములు; పన్నగ = పాములు; వీనివలని; భయంబునకున్ = వెరపునకు; వగవక = చింతింపక నిజనాథునసహాయత్వంబునకున్ = తనపెనిమిటితోడులేమికి; దుస్సహ ... త్వంబునకున్ - దుస్సహ = ఓర్వరాని; క్షుత్ = ఆఁకలి; పిపాసా = దప్పి; వీని వలనఁ గలిగిన; శ్రమ = బడలిక చేత నైన; ఆకులత్వంబునకున్ = కలవరపాటునకు వగచుచున్ = చింతించుచు. (పై. పద్య. అన్వ.)

83. అలయుచున్ = బడలిక చెందుచు; పులుఁగుల యెలుఁగులకున్ = పక్షులకూఁతలకు; ఉలుకుచున్ = భయపడుచు; ఉగ్రఆతపమునకున్ = తీక్ష్ణమైన యెండకు; ఓపక = ఓర్వఁజాలక; వృక్షంబులనీడలన్ = చెట్లనీడలయందు; నిలుచుచున్; ఎలుఁగులన్ = ఎలుఁగుబంట్లను; పులులను; చూచి; భయముఁ గొని = వెఱచి, వగవగచున్ = చింతించును.

84. లతాంగి = తీఁగవంటి మేనుగల దమయంతి; ఏచినపాదలన్ = క్రిక్కిఱిసియున్న పాదలను; పడల్పడన్ = ప్రోగులుపడునట్లు; త్రోఁచుచున్; ముండ్లకనున్; అల్లన్ = మెల్లఁగా; దూరముగా; తొలఁగుచున్; దిక్కులు = నలువైపులు; చూచుచున్; తొడరుచున్ = తొట్రుపడుచు; త్రెళ్ళుచున్ = క్రిందఁబడుచు; లేచుచు; సంచరించుచున్ = వణకుచు; అరిగెన్ = పోయెను.

85. ఇట్లు; అరుగుచున్న దమయంతి; అంతికన్యస్తచరణ అయినన్ = సమీపమునందుంపఁబడిన పాదములుగలది కాఁగా; సమీపమున పాదము లెత్తిపెట్టఁగా, దానన్ = ఆదమయంతిని; ఆహారఅర్థిని - ఆహారము గోరినదై; ఒక పన్నగంబు = ఒకపాము; పట్టికొనన్ = పట్టఁగా; అక్కోమలి = ఆమెత్తని మేనుగల దమయంతి; మెసలనేరక = కదలఁజాలక.

86. ఇంకన్ వినన్ = ఇఁకమీఁదనైనను; నన్నున్ = నా మొఱను, ఏల; ఆలింపవు = వినవు. నాథ = నా ప్రాణరక్షకా, నాకున్; శరణము; అగుము = రక్షకుఁడ వగుము. అనుచున్; అఱచుచున్నన్ = కూయుచుండఁగా; దాని ఆక్రందనధ్వని = దాని యార్పు చప్పుడును; వినుచున్; ఒక్క ఎఱుకు = ఒక ఎఱుకువాఁడు; వేగ = త్వరగా; వచ్చి.

87. తనపట్టినసురియన్ = తానుధరించిన కత్తిచేత; ఆ పెనుఁబాము వదనంబు = ఆకొండచిలువయొక్క నోటిని; వ్రయ్యన్ = చీలునట్లు; తఱిగినన్ = నఱుకఁగా; రాహుముక్తఅయిన చంద్రరేఖయున్ పోలెన్ = రాహువు నోటినుండి విడువఁబడిన చంద్రరేఖవలె; అజగరముఖంబువలనన్ = ఆకొండ చిలువయొక్క నోటినుండి; వెలువడిన = విడిపించుకొనివచ్చిన; దమయంతిన్; ఆశ్వాసించి = ఊఱడించి; తత్ సమీప ...స్నాతను-తత్ = ఆప్రదేశమునకుఁ సమీప = దాపుననున్న; సరోవర = దివ్యమైన కొలనియందు; స్నాతను = స్నానముచేసినదానిని; వన్య...హారనుగాన్-వన్య = అడవియందు దొఱకెడి; స్వాదు = తియ్యని; ఫల = పండ్లు; ఆహారముగాన్ = ఆహారముగాఁగలదానిని గా; చేసి; నీదర్శి = శ్రీసుపాపి, నీవు; ఎవ్వరిదానవు = ఎవ్వరికి సంబంధించిన దానవు; ఏకతంబ, ఒంటరిగా; ఇవ్వనంబునకున్; ఏలవచ్చితివి; అని; అడిగి, మృదుభాషిణి = తిన్నగా మాటాడునది, ఐన ఆకోయవానివలనన్; అంత వృత్తాంతంబు = సంగతియంతయును; ఎఱింగి = తెలిసికొని.

88. రజనికరఆననన్ = చంద్రునివంటిముఖముకలదియును; మేచకకుంతల రాజితన్ = నల్లనికురులచేఁ బ్రకాశించునదియును; విలసద్గజగామినిన్ = గొప్ప యేనుఁగువలెఁ దిన్నగా నడుచునదియును; చందనగంధిన్ = శ్రీచందనమువంటి మేనితావిగలదియును; ప్రకాశితకాంతిసమన్వితన్ = వెలిఁగెడి కాంతితోఁగూడినదియును; పంకజదళలోచనన్ = తామరరేకులంబోలిన కన్నులుగలదియు నైన; రాజసుతన్ = రాజపుత్రికయగు దమయంతిని; చూచి, కిరాతుఁడు-ఎఱుకువాఁడు; కామ...హతుఁడై-కామ = మన్మథునియొక్క; నిశాత =

వాఁడియైన; శర = అమ్ములచేత, ఆహతుఁడై = బాగుగాచేయఁబడినవాఁడై అనింద్యచరిత్రకున్ = పొగడఁదగిన నడవడిగల; లతాంగికిన్ = దమయంతికి వేడుకతోన్ = అపేక్షతో; నిజహృదయంబు = తనమనస్సులోని యభిప్రాయమును; ఎఱింగించెన్ = తెలిపెను.

89. అగ్నిశిఖయుంబోలెన్ = నిప్పుమంటవలె; అంతటను = తాఁకుటకును; డాయను = దగ్గఱవచ్చుటకును; చూడన్ = చూచుటకును; రానియట్టి = వలనుపడనిదగు; శుభచరిత్రన్ = పావనంబైన నడవడిగల యాదమయంతిని; ఎఱుక = జ్ఞానము; లేనియట్టికఱకు ఎఱుకు = లేనట్టి క్రూరుఁడైన బోయవాఁడు; కాదు అనక = పరస్త్రీనిఁగోరుట తగనిదనియెంచక; తనకున్; ఆయువు = జీవితకాలము, అల్పముఐనన్ = తక్కువపడఁగా, అపేక్షించెన్ = కోరెను

90. దమయంతియున్; వానిన్ = అయెఱుకువానిని; అలిగిచూచి = కోపముతోచూచి, ఏను, పతివ్రతను, ఐతిని, ఏని, ఇద్దురాత్ముఁడు = చెడ్డతలంపుగలవాఁడు, ఐనకిరాతుఁడు; మృతుండు; అయ్యెడున్ అని = చచ్చునుగాకయని, శాపంబు; ఇచ్చినన్, వాఁడు; అప్పుడు = అతత్క్షణముననే, అగ్నిదగ్ధంబుఐన వృక్షంబునుంబోలెన్ = నిప్పుచేఁ గాలిన చెట్టువలె; విగతజీవుఁడు ఐ = ప్రాణము పాసినవాఁడయి, పడియెన్; క్రిందఁబడియెను. అట్లు; పరమపతివ్రతాత్వ ప్రభావంబునన్ = ఎక్కువైన పాతివ్రత్య మహిమచేత;

91. బాల = ముదియయగు దమయంతి, హృదయమునన్ = మనస్సునందు; నృపశార్దూలున్ = రాజులలో శ్రేష్ఠుఁడైన, నిజాధీశున్ = తనభర్తనునిలిపి; దుష్ట ...వలికిన్ - దుష్ట - చేష్ట; ఉరగ = పాములు, శార్దూల = పులులు, అఖిల = క్రూరములైన, మృగ ఆవళికి = మృగముల గుంపునకు, భయము, అందక. ఓలిన్ అ = వరుసగానే; ఉగ్రఅటవిలోన్ = భయంకరమైన యడవిలో; అరిగెన్ = పోయెను.

92. మఱియున్ = ఇంకను.

93. సహకార = తియ్యమామిడిచెట్టా; మత్ప్రియసహకారున్ = నాకు నెయ్యంపుఁజెలికానిని; పున్నాగ = సురపొన్నచెట్టా, పున్నాగున్ = పురుషుల

లోనుత్తముని. తిలక=ఓతిలకవృక్షమా; భూభువనతిలకున్ = భూలోకంబునకు దిలకముమాడ్కిఁ బ్రకాశము గలిగించువానిని; చందన = ఓగంధపుఁజెట్టా; బుధహరిచందనున్ = పండితులకుఁ గల్పవృక్షమువంటివానిని; పుష్పితాశోక=పూఁచినయశోకవృక్షమా; సుహృజ్జనశోకదమనున్ = ప్రేమించువారి దుఃఖమునుబోగొట్టువానిని; వకుళ=పొగడచెట్టా, కులైకదీపకున్ = కులమునకంతటికిముఖ్యప్రకాశకుని; విభీతక=ఓతాండ్రచెట్టా; భయ...హరున్-భయ= వెఱపుచేత, భీత = దిగులుపడినవారియొక్క; ఆర్తి = బాధలను; హరున్=పోఁగొట్టువాని కాన=ఓయరణ్యమా; లోకోత్తరున్= జనులలోనుత్తముని; ప్రీతితోడన్ = ప్రేమతో; కానరుఏకానరు ఏ = చూచితిరా చూచితిరా; అని; తోయజాక్షి = కమలములంబోలుకన్నులుగలదమయంతి; మ్రానిమ్రానికిన్ = చెట్టుచెట్టునకు; అరిగిఅరిగి = పోయిపోయి; అడుగును, అడుగులు=అఱకాళ్ళు; ఎండవడిన్ = ఎక్కువయెండకు; పురపురన్=పురపురమని; పొక్కన్ = బొబ్బలులేవఁగా; నిర్ఝరఅంతరములన్ = సెలయేళ్ళనడుమ, నిలుచున్ = నిలువఁబడును. తరులగిరులరొదలన్=చెట్లయొక్కయు; కొండలయొక్కయు సందులందు; పొలుచున్ = కనుపట్టును. ఉరుగుహాగృహములన్=గొప్పవైన గుహాలనెడి గృహములయందు; తొంగి తొంగిచూచున్.

94. ఇట్లు దమయంతి; నిజనాథున్=తనమగనిని; అన్వేషించుచున్ = వెదకుచు; భీషణ అరణ్యంబునన్ = భయంకరమైన యడవియందు; తిరుగునది = సంచరించుచు; ముందటన్ = ఎదుట. (పై. ప. అ.)

95. అంభోరుహ అక్షి=తమ్మిరేకులవంటి కన్నులు గలదియగు దమయంతి; వారిభక్షులు = నీళ్లెయన్నముగాఁగలవారును; పర్ణభక్షులు=ఆకులేయాహారముగాఁ గలవారును; వాయుభక్షులు = గాలియే యాహారముగాఁగల వారును, శాకనీవారభక్షులు=కూరగాయలునివ్వరిధాన్యము నాహారముగాఁగల వారును; వృక్ష...సక్తులు-వృక్షమూల=చెట్లమొదళ్ళయందు; నివాస=ఉండుటయందు; సక్తులు=ఆసగలవారును; ఐ; తపంబు=తపస్సు; ఆరన్ = తృప్తిగా చేయు, మహాముని ఇంద్రులయాశ్రమంబు = మహర్షులతపోవనంబును; పురా

సమార్జిత పుణ్యకర్మఫలంబునన్ = తొలిమేన సంపాదింపఁబడిన పుణ్యకర్మల యొక్క ఫలములచేత, ఎడన్ = దవ్వునందు, కాంచెన్ = చూచెను.

96. ఇట్లు, మృగ...నిరంతరంబు-మృగ = జంతువులు, వ్యాళ = పాములు, తస్కర=దొంగలు, కిరాత=బోయలు, పర్వత=తిప్పలు వీనిచే, నిరంతరంబు,దట్టమైనది, అయిన కాంతారంబునన్ = అడవియందు, పుణ్యనదీతీరంబునందున్ = పరిశుద్ధమైన యేటిగట్టునందు, ఒక్కమునిపల్లెయందు = ఒక ముని యాశ్రమంబున, వసిష్ఠ...సదృశులు ఐన = వసిష్ఠుఁడు, వామదేవుఁడు, వాలఖిల్యుఁడు, భృగువు, నారదుఁడు వీరితో సమానులైన, మహామునులన్= గొప్పఋషులను, కని, నమస్కరించి, ఉన్నన్ = వారియెదుటను నిలువఁబడియుండఁగా, ఆమునులు, దమయంతిన్ జూచి, అచ్చెరువడి = ఆశ్చర్యమునొంది, అవ్వా=అమ్మా! నీవు, ఎవ్వరిదానవు =ఎవనిభార్యవు, ఈవనదేవతవే, దేవభామినివివే=అచ్చరవే, దివ్యంబు = శ్రేష్ఠము, అయిన ఈతేజంబుతోన్, ఏల క్రుమ్మరెదవు=తిరిగెదవు, అనినన్, వారలకున్,దమయంతి,ఇట్లు, అనియెన్.

97. వినుఁడు, ఏన్, ధరిత్రిన్ = పుడమియందు, పుణ్యశ్లోకుఁడు, అనఁగన్ = అనునట్లును, సదా=విడువక, యజ్ఞనిరతుఁడు = యాగములు చేయుటయందు శ్రద్ధగలవాఁడు, అనఁగన్ = అనునట్లు, తనరిన =ఒప్పిన, నలునిభార్యను, సజ్జనుతన్ = సత్పురుషులచేఁ గొనియాడఁబడుదానను, దమయంతి అనఁగన్ చాలినదానను = దమయంతి యను పేరుతో నొప్పుదానను.

98. విధికృతంబునన్=దైవవశంబుచేత, నన్నున్, పాసి=వదలి, హృదయేశ్వరుఁడు=నామనోనాయకుఁడు, ఎటకేనియున్ = ఎచ్చటికో, పోయినన్=పోఁగా, తద్...చిత్తను ఐ-తత్ = ఆనామనోవల్లభునియొక్క, అన్వేషణ = వెదకుటయందు, ఆసక్తి తగులుగలిగిన, చిత్తనై=మనస్సుగలదాననై, విపిన పరిభ్రమణంబు = అడవియందుఁ దిరుగుట, చేసెదను, ఈతపోవనంబునకున్ = ఈయాశ్రమమునకు వచ్చి, నలుఁడు, ధన...ద్ధుండు అయి -

భవత్ = తమయొక్క, పాద=కాళ్ళకు, అభివందన=మ్రొక్కుటచేత, కృతా ర్థుఁడు అయి = ధన్యుఁడై; ఎక్కడకున్ = ఏతట్టునకు, పోయెన్, అతని పో యినవలను = అతఁడుపోయినదిక్కు; ఎఱుఁగుదురేనిన్ = (మీరు) తెలిసి కొనియుందురేని, ఆనతిండు = తెలుపుఁడు. కొన్నిదినములలోనన్ = స్వల్ప కాలములోపల, తద్దర్శనంబు = అతని సోఁబడి, దొరకనినాఁడు, దేహంబు విడుతును. అని; ఏడ్చుచున్నదానిన్, చూచి, కరుణించి = దయతలఁచి; ము నులు = ఋషులు, ఇట్లు అనిరి.

99. వనజ ఆయత అక్షి = తామరరేకులమాడ్కి విశాలమైన కన్నులు గలదానా; తివిరి=ప్రయత్నపడి, భూజననుతున్ = పుడమియందలి సకల జ నులచేఁ గొనియాడఁబడువానిని, ఎప్పటియట్టుల=యథాప్రకారముగా; తన పురమునన్ = తనపట్టణమందు, తనరెడువానిన్ = ఒప్పినవానిని, నలునిన్, కతిపయ దినంబులన్ = కొన్నిదినములలోపల, చూడంగన్, కాంతువు=చూ డఁగలుగుదువు.

100. మేము; తపోదృష్టిన్ = జ్ఞానదృష్టిచేత; చూచితిమి=కనుగొం టిమి. దుఃఖింపక ఉండుము. అని, తాపసులు; తమయగ్నిహోత్రంబులతోన్; అపార...లతోన్-అపార = విస్తారమైన: ఫల=పండ్లచేతను; పుష్ప=పూలచే తను నిండిన; తరు=చెట్లతోఁగూడిన; నదీ=ఏళ్ళచేత, రమ్య = అందమైన; త పోవనంబులతో; తారు=ఆమునులు; అదృశ్యులు ఐనన్ = కనఁబడకపోఁగా; చూచి; దమయంతి, ఇది కలయో, నిక్కంబో=నిజమో అని; విస్మయం బు; అందుచున్ = వింతపడుచు, చని; ముందటన్=ఎదుట; ఒకచనుపన్ = ఒక్కబిడారును; కని; దానిన్; చూచునపుడు; అందలిజనంబులు; పైప ద్యముతోనన్వయము.

101. పాంసుజాలంబు=ఎక్కువదుమ్ము; పైన్=మీఁద; ప్రాఁకినన్=క్ర మ్మఁగా; కరము=మిక్కిలి; రూక్షములు=బిరుసులు;అయిన, ఊర్ధ్వఅలకముల దానిన్=పైకిరేఁగినముంగురులుగలదానిని, అతిమలినంబు = మిక్కిలిమాసినది; ఐనఅర్ధవస్త్రంబునన్=సగముకోకచేత; ఆవృతంబు=కప్పఁబడినది; అగు; దేహ

యష్టిదానిన్ = దండమువంటి దేహముగలదానిని, ఆఁకలి, తృష = దప్పి, నిద్ర, అనువానిన్, ఎఱుఁగక ఉన్మాదినియున్ పోలెన్ = ఉన్మాదరోగము గలదానివలె, ఉన్నదానిని, దమయంతిన్, చూచి, అందున్ = వారిలో, పిశాచంబు = దయ్యము, అని, పఱచిరి = పరుగెత్తిరి. కొందఱు, భయమున్, పొందిరి. కొందఱు, అధికహాసంబు చేసిరి = పకపకనవ్విరి. అడవిన్ = అడవిలో ఏమి, రోసెదు = వెదకెదవు. (అని) కొందఱు, అనిరి. కొందఱు, నీవు, వేల్పవు = దేవతవు, ఔదువు, అని మొగిన్ = పూనికతోనే, కేలుమొగిచి = చేతులుముడిచికొని, మ్రొక్కిరి. అంతన్ = అటుతర్వాత.

102. దమయంతియున్, సార్థవాహులన్ = బిడారును, చూచి, ఇమ్మహాగహనంబునన్ = ఈగొప్పయడవియందు, ఇట్టి, జనసంకులంబు = జనులచే నిండినది, అయిన, సార్థంబు = బిడారు, కానంబడియెను. ఎట్టిపుణ్యంబో = ఏమి నాపుణ్యమో, అనుచున్, వారలకున్, ఇట్లు, అనియెన్.

103. ఏను; నలుభార్యను, పుణ్యవిహీనతన్ = పాపముచేత (పుణ్యఫలంబు లేకపోవుటచేత,) పతిన్ = భర్తను, పాసి, నవసి = దిగులుపడి, ఏకాంతము అ = ఒంటరిగా, ఈకాననన్ = ఈయడవియందు, పరిభ్రమించెదను = తిరుగులాడుచున్నాను. అమరసదృశున్ = వేల్పులతో సాటియైనవానిని, కరుణాత్మున్ = దయాస్వభావంబుగలవానిని, నలున్, కానరు-ఏ = చూడలేదా.

104. అనినన్, దమయంతికిన్, ఆసార్థవాహాధ్యక్షుఁడు = ఆబిడారుయొక్క యజమానుఁడు, శుచి అనువాఁడు, ఇట్లు, అనియెన్.

105. ఇవ్వనంబునన్, నలున్, కానము = (మేము) చూడలేదు. ఎప్పుడును, ఉగ్రకరులన్ = భయంకరములైన యేనుఁగులను, సింహంబులన్, బుఱుంబులన్ = ఎలుఁగుబంటులను; కాంతుము. ఇది = ఈయడవి; మర్త్యులకున్ = మానవులకు, అవిషయము = చొఱరానిది, దీనన్ = ఈయరణ్యమందు ఆతపంబు = ఎండ, దూఱదు = ప్రవేశింపదు.

106. అనినన్ = అని చెప్పఁగా, ఇచ్చనుప = ఈ బిడారు, ఎటన్, పోయెదున్, అని, అడిగినన్, ఇది = ఈ బిడారు, చేదిపతి = చేదిదేశపురాజు, అగుసుబాహుపురంబునకున్ = సుబాహువుయొక్క పట్టణమునకు, పోయెదును, అని, చెప్పినన్; అట్లుఏని = అలాగైనట్టయితే; ఏను, మీతోడన్, వచ్చెదను, అని, పరమపతివ్రత = మహాపతివ్రతయగు దమయంతి, పతిదర్శనలాలస ఐ = భర్తనుచూచుటయం దాతురయై. మునులపలుకులు; తలంచుచున్, సార్థవాహసమూహంబులతోడన్ = బిడారుతోడ, అరిగినన్ = వెళ్ళఁగా.

107. ఆచనుప = ఆబిడారు; కడున్ = మిక్కిలి; ఎండ; ఎక్కునంతకున్ = ఎక్కునంతవఱకు, ఉడుగక = నిలువక, ఉగ్రాటవిలోన్ = భయంకరమైన యడవియందు నడచి; బహుశీతజలములన్ = మిక్కిలి చల్లనినీటిచేత, పెడఁగు = రమ్యము; అగు, ఒక చెఱువు ఒద్దన్ = సొంపయిన యొక చెఱువుగట్టున, పెద్దయున్, మిక్కిలి; దప్పిన్ = దాహముచేతను; విడిసెన్ = దిగెను.

108. అంతన్ = తరువాత.

109. అర్ధరాత్రమునప్పుడు = సగము రాత్రియందు; అంగులకున్ = ఆ చెఱువులోనికి, గజయూథములు = ఏనుఁగుల గుంపులు, జలకాంక్షన్ చేసి = నీరువట్టుచేత, అంబుధినిమలజలంబులు = సముద్రము[illegible]ంగు నిర్మలంబులైన నీళ్ళు; ఆస్వాదింపన్ = త్రాగుటకు, చనుదెంచు జలధరసమితియట్లు = వచ్చునట్టి మేఘపంక్తియో యనునట్లు, ఏతెంచెను = వచ్చెను. చనుపలోన్ = ఆబిడారులో నిద్రాఆసక్తులుఐ = నిద్రయందుఁ జిక్కినవారై, మైమఱచి నిద్రించువారై; ఉన్నవారు, ఉన్నతద్విపములఉగ్రపాదహతిన్ చేసి-ఉన్నత = ఎత్తైన, ద్విపముల = ఏనుఁగులయొక్క; ఉగ్ర = గొప్పవైన; పాద = కాళ్ళయొక్క; హతిన్ చేసి = త్రొక్కుడువలన; భిన్నఅంగులు = చేతులు, కాళ్ళు మొదలగునవి విఱిగినవారు, ఐరి. అందున్ = వారిలో, ఉక్కుఅడఁగి = ధైర్యమువీడి, కొందఱు, అఱచి

=కూఁతలు పెట్టి, ప్రాణభీతిన్ = ప్రాణములు పోవునను భయముతో, పఱచి = పరుగెత్తి, మహీజములు = చెట్లు, ఎక్కిరి, చనుప = బిడారు, పెనుపు ఆఱి = సంతోషంబు వీడి; అనింతు సిరి అపోలెన్ = అడఁకువలేనివానిసంపదవైకవడి, అడఁగి = తగ్గి, విరిసి = చిందరవందరమై, చనియెన్ = పోయెను.

110. అట్టి సంక్షోభంబునన్ = అట్టి కలవరపాటునందు; మరణంబునకున్ తప్పి = చావునుండి తప్పించుకొని, దమయంతి, ఆత్మగతంబునన్ = తన మనస్సులోపలనే, (సై. ప. అ)

111. విధి = దైవంబు, జీవిత అర్థులు ఐన = బ్రతుకుటయందపేక్షగలవారగు, జీవులన్ = ప్రాణులను, సుఖసుప్తులు ఐనవారిన్ = హాయిగా నిద్రించువారిని; అఱపన్ అఱవన్ = (వారు) కూఁతలు పెట్టుచున్నను, చంపెను. మరణకాంక్షన్ = చావుఁగోరికతో, ఉన్న, మగువన్ = స్త్రీయైన; నన్నున్; చంపఁగన్ = చంపుటకు, మఱచెను. (అది = ఆవిధి) కరంబు = మిక్కిలి; మందబుద్ధి = బుద్ధిలేనిది.

(విధి చావనున్నవారిని జంపక, బ్రతుకఁగోరువారిని జంపెను గనుక మూర్ఖబుద్ధిగలవాఁడని దమయంతి విసుగుచే దైవమును దూఱెను.)

113 ఈచన్నతోన్ = ఈబిడారుతోఁగూడ; చని = వెళ్ళి; ఈవనక్లేశంబున్ = ఈఅరణ్యవాసదుఃఖంబు; తలఁగుదును = పాయుదును. ఆ, బుద్ధిన్ = మనస్సునందు; తలఁచి; ఉన్నన్ = ఉండఁగా, ఉదగ్రసార్థపయోరాశి — ఉదగ్ర = మిగులగొప్పదైన; సార్థ = వర్తకుల బిడారనెడి; పయోరాశి = సముద్రము; హస్తియూథ అగస్త్యుచేన్ = ఏనుఁగుల గుంపనెడి యగస్త్యమహామునిచేత, పీతము అయ్యెన్ = త్రాగఁబడెను. (తొల్లి అగస్త్యమహాముని పుడిసెడితో త్రాగి, సముద్రమును బొట్టు నీరు లేకుండఁ జేసెనట. అట్లె యీయేనుఁగుల గుంపు బిడారునంతయుఁ గాళ్ళక్రింద వేసి త్రొక్కి, చంపివేసెను. కనుక బిడారంతయు నశించిపోయెనని తా. రూపకాలంకారము) అదియున్ = అద్భుతము, తొలుమేనన్ = మునుపటిజన్మమునందు; దుష్కృతశక్తియో = పాపబలమో; వగసన్ కన్ = యోచింపఁగా; నాస్వయంవరమునాఁడు =

నాపెండ్లియప్పుడు; సురవరులు=దేవతలలో మేటులగు ఇంద్రాదులు; ఆర్తులు ఐ=నన్నుఁగోరినవారై; చూచుచున్; ఉండన్; కన్; నలున్; వరియించిననాఁటి యొగ్గు=కోరిననాఁటి తప్పిదమును; తలఁచి; వేల్పులు, ఇట్టి యాపదలు=ఇట్టికష్టంబులు; చేసిరి ఓ=కలిగించిరో; అమరకోపమునన్=అ = దేవతల యాగ్రహముచేతనే; ఈ వియోగదుఃఖము = ఈ యెడఁబాటువలని ఎంత; నాకున్, కలిగెను. ఇంకన్ ఏమి;, చేయుదును; అనుచున్; అంబుజాక్షి = తమ్మికంటి; వగచుచుండెన్=దుఃఖించుచుండెను.

113. ఇట్లు దుఃఖించుచు; దమయంతి; ప్రభాతంబు ఐనన్ = తెల్లవాఱఁగా; హతశేషులు అయినవారలతోన్ = చావఁగా మిగిలినవారితో; అనవరతప్రయాణంబులన్ = ఎడతెగనిదారినడకలచేత; చేదిపతిపురంబు = చేదిరాజు పట్టణంబును; చొచ్చి = ప్రవేశించి; జనసంకులంబు = జనులచేఁ గ్రిక్కిఱిసినది; అయిన; రాజమార్గమున్=రాజబాటను; తత్తియున్ = సమీపింపఁగా; వచ్చుచున్నదానిన్ = వచ్చునదియు; దినకర...సరంబు- దినకర= సూర్యునియొక్క; ప్రభా = కాంతులయొక్క; పటల = సమూహముచేత; ధూసరంబు = తెల్పునల్పునెన్నెగలసినది; అయిన; దివాతనచంద్రరేఖయున్ పోలెన్ = పగటిపూఁటనుండెడి చంద్రరేఖవలె; దీప్తిహీనయై = కాంతి లేనిదై; డస్సియున్=అలసటనొందియు; రమ్య ఆకృతి ఐనదానిని = చక్కని రూపంబుగలదియునైన యాదమయంతిని; ప్రాసాదతలగత = మేడమీఁద నున్నది; ఐన; రాజమాత=రాజుతల్లి; ఆ దమయంతిన్ ; దవ్వులన్ = దూరముననె; కని; తన దాదికిన్; ఇట్లు; అనియెన్.

114. ధూళిధూసర అలకములు=దుమ్ముచేనిండిన ముంగురులు; తూలుచుండన్=రేగియుండఁగా; జీర్ణమై=చినిఁగినదై; కడున్ = మిక్కిలి; మాసిన చీరన్; కట్టి; అబల = ఒకానొకపడుచు; ఉన్మత్తవేషిణి = పిచ్చివేషము ధరించినది; ఐనలచ్చియున్ పోలెన్ = లక్ష్మీదేవి వలె; ఇటన్ = ఇచ్చటికి; వచ్చుచున్నది; దానిన్; కంటివి ఏ = చూచితివె.

115. ఆకోమలియందుఁ = ఆచిన్నదానియందు, నాకుఁ, అతిస్నేహంబు=ఎక్కువప్రేమ, అయినయది=కలిగినయది. దానిఁ, తోడ్కొని=పిల్చుకొని, రమ్ము; అనినఁ, అదియుఁ=ఆదాదియు; దమయంతిఁ, తోడ్కొని=పిల్చుకొని; రాజమాతయొద్దకుఁ=రాజుగారితల్లియొద్దకు; చనినఁ=పోఁగా, రాజమాతయుఁ; దానిఁ; చూచి; నీవు; ఎవ్వరిదానవు = ఎవ్వనిభార్యవు? ఇట్లు; ఏల; దుఃఖ ఆవేశ వివశవు = దుఃఖముయొక్క పూనికచే, పరవశవు, అయి ఉన్నదానవు; చెప్పుము. అనినఁ; దమయంతి; ఇట్లు, అనియెఁ.

116. అవ్వ = ఓయమ్మా! జితవైరి = శత్రువుల గెల్చువాఁడయిన, మత్పతి=నామగఁడు, జూదముఆడి; నిర్జితుఁడువై = ఓడినవాఁడై, చనినఁ = (అడవులకు) రాఁగా, పతితోడఁ = మగనితోడ; నీడయుఁ పోలెఁ=నీడవలె, నేనును, పాయక = విడువక; అరిగి; అతిబుభుక్షాఆతురుఁడు=ఎక్కువ యాఁకలిచే డస్సినవాఁడు; ఐనపతిచేతఁ, దైవఅనుమతిఁ చేసి = భగవదనుగ్రహమువలన; వంచితనైతిని = మోసపుచ్చఁబడితిని; ఒక్కచోటఁ; మఱచి, నిద్రించి. (పై. ప. అ.)

117. అంతనుండియుఁ = అది మొదలుకొని; అమ్మహానుభావుఁ = ఆ మహాపురుషుని, ఏకవస్త్రుఁ = ఒంటిబట్టగట్టినవానిని, అతిమనోహరుఁ = మిక్కిలి అందమైనవానిని; అన్వేషించుచుఁ = వెదకుచు, సైరంధ్రివ్రతంబుఁ - పనికస్త్రైలె ఆభరణములు మొదలగునవి లేకుండుట. యను నియమమును. చేకొని- పూని; వియోగఅనలంబునఁ=పతివిరహమనెడి యగ్నితాఁకుడుచేత, కంది-- మాడి; కందమూలఫలంబులుఅ = గడ్డలు; దుంపలు; పండ్లుమాత్రమే; ఆహారంబుగాఁ=ఆహారము కాఁగా; ప్రొద్దుపడినచోటులు = అస్తమయమైన తావే; నివాసంబుగాఁ = ఉనికిపట్టుకాఁగా; మృగంబులుఅ = అడవిజంతువులే, సహాయంబు కాఁ = తోడు కాఁగా, వనంబునఁ=అడవియందు, పరిభ్రమించెదను - తిరిగెదను. అని; బాష్పజలంబులఁ = కన్నీళ్ళచేత; ఉరస్థలపరాగంబు - ఱొమ్మున నంటుకొనఁబడిన దుమ్ము, పంకంబుచేయుచుఁ= బురదయగు

నట్లు చేయుచు, పలుకక; ఉన్నన్; ఆదమయంతికిన్; రాజమాత, ఇట్లు; అనియెన్.

118. ఇందీవరదళనేత్ర = నల్లగలువలంబోలు కన్నులు గలదానా, నీవు; నాకడన్=నాదగ్గిర, ఉండుము,(నేను)నీపతిని;రోయంగన్=వెదకుటకు; భూదేవఉత్తములన్ = బ్రాహ్మణశ్రేష్ఠులను, పంచెదను =పంపెదను, నావుడున్=అనిచెప్పఁగా; భీమనందన=దమయంతి, నెమ్మిన్=ప్రేమతో, ఇట్లు; అనియెన్.

119. ఏను; సైరంధ్రీవ్రతంబు; చేకొని యుండెదను = పూనియుండెదను. ఉచ్ఛిష్టంబు=ఎంగిలి, భుజింపను = తినను; పదధావనంబుచేయను = (పరపురుషుల) కాళ్ళుకడుగను. పరపురుషులతోన్; పలుకనోపను = మాటలాడఁజాలను. పతిన్=భర్తను; అన్వేషించుపొంటెన్ = వెదకునిమిత్తమై; అరిగెడుబ్రాహ్మణులతోన్, పలుకుదును. అట్లు ఐనన్ = నీవీమాటలకొప్పుకొంటివేని; నీయొద్దన్; ఉండుదును. ఒండువిధంబు ఐనన్ = వేఱువిధముగానున్నను; ఉండనేరను=(నీకడ)ఉండఁజాలను. అనినన్, రాజమాతసంతసిల్లి, నీకున్; ఇష్టంబు ఐనవిధంబునన్అ = ఇచ్చచొప్పుననే; నాయొద్దన్ అ= నాదగ్గిరనేఉండుము.అని, దానిన్=ఆదమయంతిని, అతిగౌరవంబునన్=ఎక్కువమర్యాదతో; చేకొనియుండన్ = ఉంచుకొనుటకు; తనకూఁతున్, సునంద యగుదానిన్, సునంద యనుపేరుగల తనకూఁతును; సమర్పించినన్ = సహాయముగా నియ్యఁగా.

120. నలుదేవి = నలునిపట్టపుదేవియగు దమయంతి, చైద్యేశుపురిన్= సుబాహుని పట్టణంబునందు, ఎదన్ = మనస్సునందు, పతిన్ = భర్తను, తలఁచుచున్, దుస్స...ర్ధితయై-దుస్సహ=ఓర్వరాని, వియోగ =ఎడఁబాటునెడి, తాప=వేడిమిచేత, అర్దితయై = కసులినదై, అలయక = శ్రమచెందక; పుణ్యవ్రతములు=మేలుగావించెడినోములు, సలుపుచున్ = చేయుచు, సైరంధ్రి అనఁగన్ = సైరంధ్రియను పేరుతో, ఉండెను.

121. అటన్=అరణ్యములో. నలుఁడు; దమయంతిని, పాసి; దారుణ అరణ్యములోన్=భీకరమైన యడవిలో; అరుగువాఁడు=పోవుచు; ముందటన్=ఎదుట. (పై. ప. అ.)

122. దవదహనంబు=కార్చిచ్చు; అవిరళవిస్ఫులింగ నివహంబులన్=దట్టములైన మిణుఁగురుల రాసులచేత; అభ్రపథంబున్=ఆకాశమార్గమున, అంటుచున్=తాఁకుచు; ఉదగ్రతరదాహము చేయుచు ఉన్నన్ = ఎత్తైన చెట్లను గాల్చుచుండఁగా, మానవపతి=నలుఁడు; దావియంతరమునన్ = ఆ మంటనడుమ; నరనాథ=ఓరాజా; నన్నున్, గారవమునన్=ప్రీతితో; వేగ=త్వరగా; కావన్=రక్షించుటకు; ఇటన్=ఇచ్చటికి; రమ్మని, అను, ఆర్తమహానినాదమున్=నొచ్చిన గొప్పధ్వనిని. (పై ప. అ.)

123. విని=ఆలకించి, శంకింపక=సందేహింపక, చెచ్చెరన్=వేగముగా, అనఘుఁడు=పాపరహితుఁడైననలుఁడు;అతిఉదగ్రదవానలమధ్యంబునకున్-అతి=మిక్కిలి; ఉదగ్ర=హెచ్చిన, దవానల=కార్చిచ్చుయొక్క,మధ్యంబునకున్=నడుమునకు, అరిగి, దీనఆననున్=దేవురింపుమోముగలవానిని, కుండలితఅంగున్—చుట్టుచుట్టుకొనినశరీరముగలవానిని,ఒక్క నాగకుమారున్=ఒక్క చిన్నపామును, కనియెన్.

124. ఆనాగకుమారుఁడు=ఆపాఁపకూన, కృతఅంజలి ఐ= చేతులుఁగట్టుకొన్నవాఁడై, ఏను, కర్కోటకుండు అనువాఁడను, కర్మవశంబునన్=పాపకర్మవశముచేత, ఒక బ్రహ్మఋషిన్=ఒకబ్రాహ్మణుఁడయి ఋషియైనవానిని; ఉల్లంఘించి మీఱి, తత్ శాపంబునన్= ఆముని శాపంబువలన, ఏకడన్ = ఎచ్చోటికిని, కదలన్-నేరక-కదలఁజాలక, ఉన్నవాఁడను.

125. నాలుగుదెసలన్—నలుదిక్కులను, దావజ్వాలఆవళి=కార్చిచ్చుమంటలయొక్క గుంపు, కవిసెను=ముట్టికొనెను. మండి;చావన్=చావను ఓపన్=చాలను. నృపాలక-ఓరాజా, నన్ను, ఒకసరసీకూలమునన్= ఒక చెఱువుగట్టున; చేరంగన్—చేరునట్లు, కరుణన్—ప్రేమతో, ఎత్తికొనిపొమ్ము.

180. ఇట్లు, ఋతుపర్ణునొద్దన్, అశ్వ అధ్యక్షుఁడై=గుఱ్ఱముల విచారణాధికారియై; దుష్టఅశ్వంబులన్=చెడ్డగుఱ్ఱములను, వశగతంబులన్ చేయుచున్=లోఁబఱచుకొనుచు, అశ్వవరంబులన్=మేటిగుఱ్ఱములను, ఆరోహణంబులన్=సవారులకు; శిక్షించుచున్=నేర్పుచు; రసవంతంబుగన్=రుచిగలిగియుండునట్లు; అన్నసంస్కారంబు-చేయుచున్=వంటవార్పులు చేయుచు; ఋతుపర్ణనియుక్తులు=ఋతుపర్ణమహారాజుచే నేర్పఱుపబడినవారు; అయిన, వార్ష్ణేయజీవలులు=ఆపేరుగలవారు; తనకున్; సహాయులుకాన్=తోడైయుండఁగా; ప్రచ్ఛన్నుండై ఉండి=దాగియుండి; ఒక్కనాఁడు, ఏకాంతమునన్=ఒంటరిగా; దమయంతిన్; తలపోసి=తలంచుకొని; తనరాకన్=తానువిడిచివచ్చుటను; తలఁచి=ఎంచుకొని. (పై ప. అ.)

181. ఇభరాజగమన=మేటిఏనుఁగువంటి నడకగలదానా; నీవు; ఎందులకున్; అరిగితివి; ఉడురాజవదన=చంద్రబింబమువంటిముఖము గలదానా; ఎందున్; ఉన్నదానవు. అబల=ఓచిన్నదానా; అడవులలోన్=వనములయందు; ఎవ్వరిచేతన్; పట్టుపడితి=చిక్కుకొంటివి. అశనాపేక్షన్=ఎరమీఁదికోరికతో. పఱచుచున్న ఉగ్రమృగంబుల ఉదరంబులోన్=పరుగెత్తుచుండు భయంకరమృగంబుల కడుపులోపల, ఉన్నదానవే=ఉన్నావా? నీతల్లిదండ్రులకడన్; ధృతిన్=ధైర్యముతో, ఉన్నదానవే. దేశాంతరంబులన్=ఇతరదేశములందు; ఉన్నదానవే=ఉన్నావా. అంచున్=అనిచెప్పుచు; నలుఁడు; శోకము; ఉత్కటముగాన్=హెచ్చఁగా; ఉదిత...త్ముఁడై-ఉదిత=హెచ్చిన; మదన=మన్మథబాధచేత, విమోహిత=మైమఱపు గల్గిన, ఆత్ముఁడై=మనస్సుగలవాఁడయి; హృదయ ఈశ్వరిన్=దమయంతిని; తలఁచి; రాత్రియెల్లన్=రాత్రియంతయు; తాపమునను=మన్మథసంతాపముచే; నిద్ర; లేక; నంది=వాడిపోయి; నిట్టూర్పులు; ఊర్చుచు=విడుచుచు; ఉండెను.

182. అతనిప్రలాపంబు=అతనిపదరుటను; విని; జీవలుఁడు; ఆత్మగతంబునన్=తనమనస్సులోపల.

133 ఇతఁడు = ఈబాహుకుఁడు, అఱపొఱడుఁగా = సగముగూనును, కుఱుచచేతులును = పొట్టిచేతులును, ఒఱశరీరమును = వంకరశరీరముగలిగి; ఒరులకుఁ = ఇతరులకు, చూడఁగాఁ గొఱకాక ఉండియుఁ = చూచుటకసహ్యుఁడుఁగా నున్నను, యువతీప్రియుఁడు ఐ = వయసు చిన్నదానికిష్టుఁడై, మన్మథునోఱపులఁ=మన్మథబాధలయందు, పడియెడుఁ = చిక్కియున్నాఁడు.

134. వీనిచేతఁ, వరియింపఁబడియెడు వనిత = కోరఁబడుసుందరి, వీనికంటెఁ, లెస్స=అందమయినది, కాక ఉన్నె=కాకుండునా, అనుచుఁ, బాహుకునొద్దకుఁ, వచ్చి, నీతలఁచుచున్న భార్యకుఁ =నీవుస్మరించెడిభార్యకును, నీకుఁ, ఏల, వియోగంబు=ఎడఁబాయుట, అయ్యెను=కలిగెను. అని, అడిగినఁ, బాహుకుండు, ఇట్లు, అనియెఁ.

135. నన్నుఁ, చూచి నగరు ఎ=(జనులు) నవ్వరా? నలినఅక్షి = కమలనేత్రయగు సుందరి, నాకుఁ, ఏల, =ఎందుకు, విప్రయోగము= ఎడఁబాయుట, ఏల వినవే. (వినుము-ఏ) = వినుమయ్యా, ఏలకో = ఎందుకో, నేను, ఎఱుఁగను. తొల్లి=పూర్వము, మందప్రజ్ఞుఁడు (మూఢబుద్ధిగలవాఁడు), అను భటుండు= అనుబంటు, తనలతాంగిఁ = తనప్రియురాలిని, పాసి,

136. దానిఁ; అన్వేషించి=వెదకి, ఎందును = ఎచ్చటను; కానక, ప్రలాపించినఁ=విలపింపఁగా, తత్ప్రకారంబు=ఆవిధముగా, ఏను, అనుకరించితిఁ= నటించితిని. అని, చెప్పి, ఇట్లు అయోధ్యాపురమునఁ = అయోధ్యాపట్టణమునందు, బాహుకనామంబుతోఁ = బాహుకుండనెడిపేరుతో, ప్రచ్ఛన్నుఁడు ఐ =మఱఁగినవాఁడై, నలుఁడు, ఉండెను. అంతఁ = తర్వాత; అటఁ = అచ్చట, విదర్భఈశ్వరుఁడు = విదర్భరాజగుభీముఁడు, నలురాజ్యభ్రంశంబు = నలునిరాజ్యముకోల్పోవుటను, విని, కూతురును, అల్లుఁడును, ఎటకుఁ= ఎచ్చటికి, పోయిరో; ఎట్లు; ఉన్నవారో, అని; శోకించి=విలపించి.

137. అపారబలుఁడు=అంతులేని బలముగలవాఁడు, (భీముఁడు,) సదాచారులన్ = మంచియాచారముకలవారిని, విద్వాంసులన్ = అన్నిటిని దెలిసినవారిని, ఇష్టులు ఐన బ్రాహ్మణులను=తనయందుఁ బ్రేమగల విప్రులను, సత్కారంబులన్=మర్యాదలచే; తనిపి=తృప్తినొందించి, వారిన్=బ్రాహ్మణులను, కడునెయ్యముతోన్ = ఎక్కువసంతోషముతో; వారలన్ = ఆ నలదమయంతులను; రోయగన్=వెదకుటకై, పంచెన్=పంపెను.

138. మఱియు, నలదమయంతులు; ఉన్నచోటు; ఎఱింగి; వచ్చినవారికిన్, వేయిగద్యాణములు=వేయివరహాలు, ఇత్తును అనియున్, వారలన్; తోడ్కొని=పిల్చుకొని; ఇచ్చువారికిన్; గోసహస్రంబులు = పెక్కుగోవులను; అగ్రహారంబులును = మంచిగ్రామములును, ఇత్తును అనియు, పలికి, పంచినన్=పంపఁగా.

139. జగతీదేవతోత్తములు=బ్రాహ్మణశ్రేష్ఠులగువారు, అఖిలదేశములకున్=అన్నిదేశములకును; వడిన్ = శీఘ్రముగా. అరిగి, జగతీచక్రమునన్=భూమండలమునందు, కల=ఉన్న, నగర...ణంబులు-నగర = పట్టణములు, మహాగ్రామ=గొప్పయూళ్లు, పక్కణంబులు=పల్లెలు, కలయన్=అంతటను, ఇమ్ముగన్=చక్కఁగా, రోసిరి=వెదకిరి.

140. అందున్=వారిలో, సుదేవుండు, అను బ్రాహ్మణుండు, చేదిపతి=చేదిదేశపురాజు, ఐనసుబాహుపురంబునకున్; చని; పుణ్యాహవాచనంబు=ఇంటియశుచిత్వము పోవుటకై చేయు నొక కర్మవిశేషమును, చేయింపఁబోవు బ్రాహ్మణులతోన్; రాజగృహంబు = రాచనగరు, చొచ్చి అంతఃపురమునన్; సునందానసహితఐ = సునందతోఁగూడినదై; ఉన్నదానిన్ =ఉన్నదియుం; ధూళిధూసర ఐ= దుమ్ముచేఁ గప్పబడినదై; ధూమ... బద్ధఐన-ధూమ = పొగయొక్క, జాల = సమూహముచేత, నిబద్ధ ఐన = క్రమ్మఁబడినదియగు, అగ్నిప్రభయుం బోలెన్ = నిప్పుమంట వలెను, నీల...తంబుఐన-నీల=నల్లని; అభ్ర=మేఘములచేత, సంవృతంబు అయిన =

కప్పఁబడినదియగు, చంద్రరేఖవలెను, బహు...నిమగ్న యైన-బహు = విస్తారమైన, పంక=బురదయందు; నిమగ్న యైన=మునిఁగిన, మృణాళియున్ పోలెన్=తామరతూఁడువలెను, ఏర్పడక ఉన్నను=స్పష్టముగాఁ దెలియకున్నను, తదీయ...తంబు యైన-తదీయ=దానివగు; భ్రూ=కనుబొమ్మల; యుగ=జంటయొక్క, మధ్య=నడుమ, గతంబుఅయిన=ఉన్నట్టి, సూక్ష్మలక్షణంబు=సన్ననిమచ్చను; ఇమ్ముగాన్=బాగుగా; నిరీక్షించి=చూచి; దమయంతిగన్-ఎఱింగి; ఇది, పతివియుక్తయై=భర్తనుయెడబాసి; శుష్క-ప్రవాహంబు యైన=నీటిపాఱుదలలేని, నదియున్ పోలెన్=ఏటివలెను, శూన్యకమలంబు = తామరపువ్వులులేని; నళినియున్-పోలెన్=తామరతీఁగవలె; ఒప్పకుండియున్ = ప్రకాశింపకుండినను, తనపతివ్రతాత్వంబునన్=తనపాతివ్రత్యముచేత; ఒప్పుచున్నది = ప్రకాశించుచున్నది.

141. భామలకున్=స్త్రీలకు; పతిభక్తి అ=మగనియందుఁ బ్రేమయె; అనపహార్యంబు = శత్రువులచే దొంగిలింపరానిదియు, తేజోమయంబున్ = కాంతిస్వరూపమైనదియు, సర్వగుణంబులకున్=సమస్తసుగుణములకును, గురుతరంబు=మిక్కిలిముఖ్యమైన; అలంకారంబు=సొమ్ము, పరమము యైన=గొప్పదైనభూషణము, పెఱభూషణములు=తక్కిన సొమ్ములు, ఇట్టివే=ఈలాగుండునవియా. (కావనుట)

142. రోహిణికిన్= రోహిణిదేవతకు, చంద్రసమాగమంబునుంబోలెన్=చంద్రునితోఁ గూడికవలె, దీనికిన్, భర్తృసమాగమంబు = పెనిమిటితోడికూడిక, ఎప్పుడున్; అయ్యెడున్ ఓ=కలుగనున్నదో, తుల్య...జాత్యులు-తుల్య=సమానమైన, శీల = మంచినడవడి, వయః=ఈడు, రూప = ఆకారము, అభిజాత్యులు = సత్కులంబునఁ బుట్టిక యనునవి గలవారలు, యైన నలదమయంతులు. ఒక్కటన్=ఒక్కచోట; ఉండన్=ఉండఁగా, చూచి, విదర్భేశ్వరుఁడు=భీముఁడు, ఎన్నండు; కృతార్థుఁడు=తానుకోరినకోరికనుపూర్తి చేసికొన్నవాఁడు, అయ్యెడున్ ఓ=కాఁగలఁడో; అంచున్; అల్లన్-అ= మెల్లగా, ఇ.., అ.యె.

143. అవ్వ=అమ్మా; నీ తల్లిదండ్రులకున్; ఆత్మజులకున్=బిడ్డలకు, బంధుజనులకున్=చుట్టములకును, కుశలంబుఅ=క్షేమమే; భామ=ఓసుందరీ, వారు; నీదుకుశలము=నీక్షేమము, ఎఱుఁగునంతకున్=తెలియువరకు, వగన్ కూరి=విచారంబునొంది, వగచుచున్నవారు = దుఃఖపడుచున్నారు. ఇంకను, వారలవంత=వారిదుఃఖము; ఉడుగును=తీరును.

144. దేవీ = ఓరాణి; ఏను, భవత్ భ్రాతృసఖుండను = నీయన్నకు మిత్రుఁడను, సుదేవుండు; అను బ్రాహ్మణుఁడు. విదర్భఈశ్వరుఁడు = విదర్భరాజు (నీతండ్రి). నీయున్నచోటు=నీవున్నతావు; ఎఱుంగన్; సెక్కండ్రు=అనేకులను; బ్రాహ్మణులను, పుచ్చినన్=పంపఁగా; నేను, ఇందులకున్= ఈపురంబునకు, వచ్చి, నాపుణ్యమునన్ = నాయదృష్టవశంబున నిన్నున్, కంటిని, అనినన్; దమయంతి, వానిన్=ఆసుదేవుని, ఎఱిఁగి = గుఱుతించి తనతలిదండ్రులన్; బాంధవులన్; ప్రత్యేకంబు అ = వేర్వేఱుగా, (కుశలంబు=క్షేమము) అడిగి, అశ్రుజలంబులు = కన్నీరు, ఉరులన్ = కాఱునట్లు, ఏడ్చుచున్నన్, చూచి, ఏలకో (ఏల ఓ)=ఎందుకో, ఇప్పుడు, సైరంధ్రి, ఏడ్చుచున్న యది, అని; సునంద, రాజమాతకున్; చెప్పిపుచ్చినన్ = చెప్పి పంపఁగా.

145. వారిజదళలోచన = తామరరేకులవంటి కన్నులు గలదగు; రాజమాత=రాజుగారితల్లి; వనితానివహంబుతోడన్ = స్త్రీలగుంపుతోగూడ; అంతిపురంబునన్=అంతఃపురంబునందు, ఉన్న; నృపనందన అగు = రాజపుత్రియగు; దమయంతికడకున్; తద్దయున్ =మిక్కిలి, వేడ్కన్ = ఉత్సాహముతో; చనుదెంచెను.

146. ఇట్లువచ్చి; తమలోన్=వారిలోలోపల, మాటాడుచున్న బ్రాహ్మణునిన్; దమయంతిన్, చూచి; రాజమాత; ఇట్లు అనియెను. అయ్యా=ఓబ్రాహ్మణుఁడా; ఇది; ఎవ్వనికూఁతురు, ఎవ్వనిభార్య; ఏమికారణంబునన్=ఏహేతువుచేత; తనభర్తను; బాంధవులను; పాసి; పుణ్యవ్రతంబులు = పుణ్యప్రదము

లైననోములు, సలుపుచున్నయది = చేయుచున్నది. దీనిని; నీవు; ఎట్లు ఎఱింగితివి, ఈకోమలినామంబు = ఈచిన్నదానిపేరు, ఏమి, అని, అడిగినన్, సుదేవుండు, ఇట్లు, అనియెన్.

147. నళినఅక్షి = తామరరేకులఁబోలుకన్నులంగల యోరాజమాతా, ఇది; విదర్భఈశతనయ = విదర్భరాజు కూఁతురు; పుణ్యశ్లోకుఁడు = పవిత్రమైన కీర్తిగలవాఁడు; ఐన; నలుదేవి = నలునిరాణియగు; దమయంతి సుమ్ము = దమయంతికదా. విధికారణంబునన్ = దైవముయొక్క యాగ్రహంబువలన, నిజనాథుఁడు = తనపెనిమిటి; రాజ్యచ్యుతుఁడు ఐ = రాజ్యమునుండి భ్రష్టుఁడయి, అనుగన్ = పోఁగా; తోడనే = వెంటనే; చనెను. అను; వార్త = వృత్తాంతము; వెలయంగన్ = బాగుగా; విని, భూవిభుఁడు = విదర్భరాజు; బ్రాహ్మణులను; వారిని; రోయన్ = వెదకుటకై, పంపెను.

148. ఏను; ఇందులకున్ = ఇచ్చటికి వచ్చి; మీచేతన్; సురక్షిత ఐ ఉన్న ఈ కోమలిన్ = చక్కఁగా సంరక్షింపఁబడుచున్న యీసుకుమారిని, చూచి; దీని భ్రూమధ్యంబునన్ = దీనియొక్క కనుబొమలనడుమ పద్మనిభంబై = కమలంబుఁబోలినదై; విభూతి అర్థంబుగాన్ = ఐశ్వర్యముకొఱకు; విధాతృనిర్మితంబున్ = బ్రహ్మచేఁజేయఁబడినది; ఐనపుణ్యలక్షణంబు = శుభచిహ్నము; పాంసుపటలచ్ఛన్నంబు ఐ ఉన్నన్ = దుమ్ముయొక్కరాశిచేఁ గప్పఁబడినదియై యుండఁగా, ఉపలక్షించి = చూచి; రాజపుత్త్రిన్ కాన్ = దమయంతినిగా, ఎఱిఁగితిని; అనినన్; సునంద; శుద్ధఉదకములన్ = తేటనీటితో; దాని భ్రూమధ్యంబున్ = దాని కనుబొమలు నడుమను, కడిగినన్ = కడుగఁగా, అది; విస్పష్టంబు ఆగుటయున్ = స్పష్టముగాఁ దెలియఁగా; అందఱును; ఆశ్చర్యము నొందిరి. అంతన్ = పిమ్మట.

149. రాజమాత = రాజుగారితల్లి, ఆనందభరిత ఆత్మ ఐ = సంతోషముతో నిండిన మనస్సుతోఁ గూడికొనినదై; ఆకమలాక్షిన్ = ఆదమయంతిని; ప్రీతితోన్ = గారాబముతో, కౌఁగిలించికొని, తన్వీ = ఓచిన్నదానా, నీవు, ఏనున్, నిజజననియును = నీతల్లియును, పేర్మిన్, దశార్ణ మహారాజు

కుమార్తెలము. అదియున్ = నీతల్లియు, విదర్భఈశుపతి = భీమునిపట్టపుదేవి, అమ్మయును. నేను, వీరబాహునకున్; ఇంతిని ఐతిని. అనినన్ = అని చెప్పఁగా; ఆ అన్నకున్=ఆ రాజమాతకు; అతివినయంబుతోన్ = ఎక్కువఅడఁకువతో; నలుదేవి=దమయంతి; ప్రొక్కి; సునందను; ఎత్తికొని=కొంత సేపు తనయొడిలోఁ గూర్చుండఁబెట్టుకొని; కరంబు=మిక్కిలి, నెమ్మిన్=ప్రేమతో, కొన్ని దినంబులు, అందున్ = ఆచేదీశునిపురంబున, ఉండి, ఒక్కనాఁడు, ఇట్టులు; అనియెన్; దేవి=ఓతల్లీ; ఇదియున్=ఈపురంబును; అదియున్ = ఆవిదర్భాపురంబును, ధృతిన్ = సంతోషకరంబులైన, నాకున్; పుట్టినయిండ్లు అ=పుట్టినిండ్లే; ఇందున్ అందున్ = ఇచ్చటను అచ్చటను; కడున్ = మిక్కిలి, సుఖంబు అ=సుఖమే; (కలదు) ఎక్కడనున్నను నొక్కటియనియే యని తాత్పర్యము.

150. అయినను=అట్లొక్కటియైనను; తల్లిదండ్రులను; అనుజులన్ = తమ్ములను; ఆత్మజులన్=బిడ్డలను; చూచెడువేడ్క = చూడఁగోరిక; ఉల్లంబునన్=మనసున పుట్టినయది. విదర్భకు; పోయెదను. అనతిమ్ము=సెలవొసంగుము. అని; కృతఅంజలి=దోసిలి కట్టినది. అయిన దమయంతిన్; అతిస్నేహంబునన్=ఎక్కువచెలిమితో, సుతప్రేషితబలంబుతోన్—సుత = కొడుకుచే; ప్రేషిత=పంపఁబడిన; బలంబుతోన్=సేనతో; స్వర్ణరత్నయానంబునన్=బంగారుతోఁజేసిన రత్నములుచెక్కిన పల్లకియందు, ఉంచి పుచ్చినన్ = కూర్చుండఁబెట్టి పంపఁగా.

151. భామ = దమయంతి; విదర్భకున్, ఏఁగి; తనబంధుజనంబులయొద్దన్, ఉండియు; కోమలదేహ సౌఖ్యములకున్ = సున్నితములైన శరీరసుఖములకు; వేఱైయె = దూరురాలై; మలిన అగ్రవస్త్రమున్= మురికిగలదైన సగముబట్టయును, భూమిరజంబు=నేలదుమ్ము; అంగమునన్ = శరీరమునందు; పొల్పుగుచుండన్=అందము గల్గించుచుండఁగా; జీవితస్వామిన్ — తనప్రాణనాథుఁడయిన; నిజఈశున్ = తనప్రియుని; చూచుదివసంబులు=చూచుదినం

బులు, కోరుచుఁ = (ఎన్నఁడువచ్చునాయని) యెదురుచూచుచు, సువ్రతంబుతోఁ = మిక్కిలినిష్ఠతో; ఉండెను.

152. ఇట్లు భర్తృవియోగ ఆతుర ఐన = పెనిమిటి యెడఁబాటుచే నొచ్చినదైన; దమయంతి; ప్రాణంబు; ధరియింపఁజాలక = నిల్పుకొనఁజాలక, ఒక్కనాఁడు; ఏకాంతంబునఁ; తనజననికిఁ=తనతల్లికి; ఇట్లు; అనియెను.

153. శుభచరితుఁ=మంచిప్రవర్తనగలవానిని; శోకఅపనోదిఁ = దుఃఖముపోఁగొట్టువానిని; పుణ్యశ్లోకుఁ = పవిత్రమైనకీర్తిగలవానిని; నలునిఁ; రోయఁ = వెదకుటకు; పనుపుము=ఆనతిమ్ము. తత్ ఆలోకనవిహీనను ఐ = ఆనలుని చూచుటలేనిదాననై; లోకంబు ఎఱుఁగఁ = జనులకందఱికిఁ దెలియునట్లు; పరలోకకృత ఆవాసను = పరలోకంబున నివాసముఁగలుగఁజేసికొన్నదానను; అగుదును. (ప్రాణములను బాసెదను.అని తా.)

154. అనినఁ; అదియుఁ = ఆదమయంతియొక్క తల్లియు; కూఁతు నభిప్రాయంబు=కుమార్తెయొక్కకోరికను; భీమునకుఁ=తనభర్తకు, ఎఱింగించినఁ. ఆతఁడు; నలుమార్గణంబునఁ=నలమహారాజును వెదకుటకై, ఋజుమార్గులఁ=చక్కనిదారియందుఁబోవువారు; ఐన బ్రాహ్మణులను; నియోగించినఁ =ఉత్తరువుచేయఁగా, తనపతిఁ; అన్వేషింపఁ=వెదకుటకు; అరుగుబ్రాహ్మణులకుఁ; ఇట్లు; అనియెఁ.

155. నైషధఈశ్వరుఁడు=నిషధదేశమునకురాజగు, నలుఁడు, ఇప్పుడు, అసమర్థుఁడు అగుటఁజేసి = శక్తిచాలనివాఁడు గనుక; తన్నుఁ, ఇతరులు; ఎఱుంగక, ఉండుఁ = తెలియకుండును. కానఁ = కాఁబట్టి; మీరు, ఉరుసభాఅంతరములకుఁ-ఉరు = గొప్పలైన; సభా = రాజులకొలువుకూటములయొక్క, అంతరములకుఁ = నడిమిప్రదేశములకు; అరిగి = పోయి; ఇట్టులు = ఈరీతి; అనుఁడు = చెప్పుఁడు.

156, నీవు; సత్యవాక్యుఁడవు = సత్యముపల్కుటయే నిత్యవ్రతంబుగాఁ గలవాఁడవు, సతిఁ = పతివ్రతయగు, ఇంతిఁ = భార్యను, వర్జించి = వదలిపెట్టి, దానివస్త్రఅర్థంబుఁ = దానియొక్కచీరలో సగముభాగము, తఱిగి=

చించుకొని, పరిధానముగన్ =కట్టువస్త్రముగా, చేసి, పోవంగన్ =పోవుట, పాడియే = తగునా, భార్య = కాపాడఁదగినది, భర్త = కాపాడువాఁడు; అను ధర్మముఅది = అనుప్రసిద్ధమైనన్యాయము. నీయందున్=నీవిషయమున, మిథ్య=అబద్ధము, అయ్యెను. నీకున్=నీవు; ఇట్టి, నిర్దయబుద్ధి = కనికరములేనితనము, చేసికొనఁదగును ఏ=అవలంబింపవచ్చునా? అట్టిసాధ్వికిన్=అట్టిపతివ్రతయందు, (సప్తమ్యర్థకషష్ఠీ.) కరుణాప్రసన్నుండవు = దయచేననుగ్రహము పొందినవాఁడవు, అగుము. అని; ఎల్లచోన్=అన్నిప్రదేశములలోను,పల్కినన్= చెప్పినట్లయితే, ఎవ్వఁడు ఏని=ఏపురుషుఁడైనను; పలుకున్=మీరన్నమాటను; పడఁగన్ ఓపి=పడఁజాలక; ప్రతివచనంబు=బదులుమాటను, ఇచ్చునో, అతఁడ-నలుఁడుగాఁగన్ = నలుఁడని తెలిసికొని; ననున్, అతనికిన్, ఎఱింగించి, తోడ్కొనిరండు = వెంటబెట్టుకొనిరండు, రానివాఁడు = రానిపక్షమున, ఎఱిఁగి=(అతని సంగతి) తెలిసికొని, రండు.

157. అని; పంచినన్=పంపఁగా; పనివూని=ప్రయత్నముతో; బ్రాహ్మణులు; దమయంతి; కఱపినపలుకులు ఎల్లన్=నేర్పినమాటలన్నింటిని; సకలదేశసభలన్=అన్ని దేశములరాజులకొలువుకూటములందు; పలికి, ఎందున్= ఎచ్చటను, కానకవచ్చిరి=చూడకవచ్చిరి. అందున్= ఆవెదుకపోయినబ్రాహ్మణులలో; పర్ణాదుఁడు అనుబ్రాహ్మణుఁడు, దమయంతికిన్; ఇట్లు; అనియెను. నేను అయోధ్యకున్; అరిగి; నీకఱపినపలుకులు ఎల్లన్=నీవు నేర్పినమాటలన్నింటిని; ఋతుపర్ణసభన్=ఋతుపర్ణునికొల్వుకూటంబునందు; పలికినన్= మాటలాడఁగా; ఒక్కపురుషుఁడు; కుఱుచచేతులుగలవాఁడు=పొట్టిచేతులుగలవాఁడు, ఋతుపర్ణునొద్దన్, నూఱుగద్యాణంబులజీవితంబువాఁడు=నూఱువరహాలజీతమునకు కొల్వుకొల్చువాఁడు, శీఘ్రయానకుశలుండు-శీఘ్ర=తొందరగా, యాన= గుఱ్ఱములనునడుపుటయందు, కుశలుండు= నేర్పరి, సూపక్రియా=వంటచేయుటయందు, నిపుణుఁడు = నేర్పరి. విరూప అంగుండు = రోఁతపడఁదగిన రూపంబు గలవాఁడు. బాహుకుఁడు అను అశ్వశిక్షకుఁడు = బాహుకుఁడను పేరుగల గుఱ్ఱ

ములకు నడకలను నేర్పువాఁడు, విని, నన్నుఁ; ఏకాంతంబునకు = రహస్యస్థలంబునకు, పిలిచి, వెలవెలఁ అగుచు=ముఖమునకాంతిలేనివాఁడగుచు, దీర్ఘనిశ్వాసపురస్సరంబుగాఁ=పెద్దదైననిట్టూర్పుతోఁగూడ, ఇట్లు=అనియెఁ.

158. పురుషునందుఁ =భర్తయందు, దోషపుంజంబు=పెక్కుదోషములు, కలిగినఁ =ఉన్నను, ఎఱిఁగి=తెలివిగలదై, భార్య=పెండ్లాము, ఎదఁ=మనస్సునందు; సహించుఁ ఏని=ఓర్చుకొన్నయెడల, పురుషులందుఁ; అభీష్టభోగంబు = కోరినకోరికల ననుభవించుటయు, దేహాంతరంబునఁ=దేహము వదలినప్పుడు; ధర్మరతియుఁ= మోక్షమందాసక్తియు; పడయుఁ=పొందును.

159. అని, ఒండు ఎద్దియుఁ=ఇతరమేమియు; పలుకక; తననివాసంబునకుఁ=తనయునికిపట్టునకు; పోయెను. అని; చెప్పినఁ=చెప్పఁగా, విని, పెద్దయుఁ బ్రొద్దు=చాలకాలము; చింతించి, నలుఁడు కానివాఁడు=నలుఁడుకాని పక్షమున, ప్రతివచనంబు=బదులుమాట, ఏల, ఇచ్చును. ఇంకను; వలను కలవారలఁ = ఉపాయశాలురను, పంచి=పంపి, ఆతనిఁ = ఆనలమహారాజును గూర్చి; ఇమ్ముగాఁ=బాగుగా; ఎఱుంగఁ వలయును. అని; జననీజనకులయనుమతంబునఁ = తల్లిదండ్రులయంగీకారముమీఁద; సుదేవుఁ; రావించి = పిలిపించి, వానికిఁ, ఇట్లు; అనియెఁ.

160. నన్నుఁ; ఎఱిఁగి=గుర్తుపట్టి, తెచ్చినట్లు అ=తెచ్చినచందమున నే; జగన్నుతుఁ=లోకములచేఁ గొనియాడఁబడిన, నలుఁ, కౌశలంబునఁ = నేర్పుతో, ఎఱిఁగి; తెమ్ము=తోడ్కొనిరమ్ము. విద్వన్నాథ = పండితులలో శ్రేష్ఠుఁడా; ఎందుఁ — ఎచ్చటను; పరికింపఁగఁ = విచారింపఁగా, నీవు అ= నీవె; సర్వగుణసంపన్నుండవు = సమస్తసుగుణములతో నిండినవాఁడవు, (నీవు తప్ప వేఱొక్క రీపనిని జేయఁజాలరు.)

161. దేశాంతరవిప్రుఁడవు ఐ = ఇక్కడనుండి వచ్చినవాఁడవనికాక (పొరుగూరిబ్రాహ్మణుఁడ ననువ్యాజముతో); అయోధ్యకుఁ, అరుగుము. రవి

ప్రతాపఉన్నతున్-రవి = సూర్యునియొక్క, ప్రతాప = వేఁడిమివంటివేఁడిమిచేత; ఉన్నతున్=మీఱినవానిని, అనఘున్=దోషములేనివానిని; అమరసమున్=దేవతలతోసమానుని; ఉత్తరకోశలఈశున్= ఉత్తరకోసలదేశమునకుప్రభువగువానిని, భాంగాసరినిన్=భంగాసురునికుమారుని, ఋతుపర్ణునిన్,కనుము=చూడుము.

162. మఱియు, విదర్భావిభుఁడుఅగు = విదర్భదేశపురాజగుభీముఁడు; నలున్, రోయన్=వెదకుటకు; పంచి=ఆనతిచ్చి, ఎందును, కానక,దమయంతికిన్; ద్వితీయస్వయంవరంబు=రెండవస్వయంవరము; రచియింపన్=చేయుటకు; పూనినన్ = ప్రయత్నపడఁగా, అందులకున్ = ఆస్వయంవరమునకు, భూవలయంబునన్ = భూమండలమందు; కలరాజులు, ఎల్లను,పోయెదరు. అని; అతిత్వరితంబుగాన్ = మిక్కిలితొందరపాటుతో; చెప్పుము. అని, పంచినన్ = చెప్పఁగా, సుదేవుఁడు, అయోధ్యాపురంబునకున్, పోయి,ఋతుపర్ణున్, కాంచి, విదర్భాపురంబునన్=దమయంతీ ద్వితీయస్వయంవరంబు; ఎల్లి=రేపు అయ్యెడున్=జరుగును. అని; చెప్పినన్; విని; ఋతుపర్ణుఁడు, బాహుకున్ చూచి; నాకున్=నేను; దమయంతీద్వితీయస్వయంవరంబు, చూడన్=చూచుటకు, ఒక్కనాఁడు అ =ఒక్కదినములోపలనే, విదర్భకున్; పోవలయును, నీఅశ్వనైపుణ్యంబు = నీగుఱ్ఱములను నడుపుటయందలి నేర్పును; ప్రకాశింపఁజేయుము = తెలియఁజేయుము. అనినన్, అట్ల అ=అలాగే; చేయుదును. అని, నలుఁడు; తనమనంబునన్; చింతించి=యోచించి.

163. అడవిన్=అడవియందు; తన్ను; పాసి=విడిపించి, అఱగినన్ = పోవఁగా, అగ్గికాఁకున్నె=కోపముచేత నేకదా, ఈవిద = ఈదమయంతి, ఇట్లు చేయన్=ఈప్రకారము రెండవస్వయంవరము జేయుటకు; కడఁగెన్ = పూనెను. ఇట్లు అ ఏని =లోకమందిట్టివాడుక యుండునేని, ఇంతులు= స్త్రీలు;మాకున్, కూర్తురు = మామీద నిష్టముగలిగియుందురు. అని; విశ్వసించువారు = నమ్మువారు, ఎందున్=ఏవిషయమునను, వెడఁగులు=మూర్ఖులు.

164. సాధ్వి = పతివ్రతయగు దమయంతి; నాకుఁ = నాయందు, కూర్పును = ప్రేమగలిగియుండును, సంతతికలయది = బిడ్డలుగలది; చెలువ = దమయంతి, ఇట్టులు, ఏల; చేయును, వినఁ, దీనిఁ = ఈవృత్తాంతమును యెఱుఁగఁ వలయును. నేనును; ఋతుపర్ణవిభుతోఁ = ఋతుపర్ణమహారాజుతోఁగూడ, పోదును అని, నలుఁడు, బుద్ధిఁ = తలఁపునందు, తలఁచి = ఎంచి.

165. తొల్లి = పూర్వము, వార్ష్ణేయుఁడు, తెచ్చిన తనరథంబునందుఁ, ఆలక్ష్యమాణశుభలక్షణంబులు - ఆలక్ష్యమాణ = చూడఁబడుచుండు, శుభ = మేలైన; లక్షణంబులు = చిహ్నములుగలవియు, వాయువేగంబులును = వాయువేగమువంటి వేగముగలవియు, ఐనవానిఁ = ఐనట్టి; హయంబులనుఁ = గుఱ్ఱములను; పూన్చికొని వచ్చినఁ = కట్టుకొనిరాఁగా; "ఋతుపర్ణుఁడు" ఆరథంబు ఎక్కినప్పుడు, హయంబులు = గుఱ్ఱములు, క్రుంగినఁ = మోఁకాళ్ళు నేలకు అనునట్లు ముందుకువంగఁగా, చూచి. ఇప్పేదగుఱ్ఱంబులు = ఈబక్కగుఱ్ఱములు, అతిదూరంబు = మిక్కిలిదవ్వు; ఎట్లు; పోఁజనోపుఁ = పోఁజాలును, ఒండుగుఱ్ఱములఁ = వేఱుగుఱ్ఱములను; పూన్పుము = కట్టుము, అనినఁ = బాహుకుండు; ఇట్లనియె.

166. అవని ఈశా = రాజా; ఈహయంబు = ఈఅశ్వంబులు, పవనగతిఁ = వాయువేగమువంటి వేగముతో, ప్రొద్దు పడక ఉండఁ కఁ = సూర్యుఁడస్తమించములోపల, నేఁడు అ = యీదినముననే; విదర్భకుఁ = విదర్భాపురికి; పఱచుఁ = పరుగెత్తును. అనవుడుఁ = అని చెప్పఁగా; విని, కువలయపతి = భూమండలపతియగు ఋతుపర్ణుఁడు, మెచ్చి, బాహుకునకుఁ, ఇట్లు, అనియెఁ.

167. అట్లయిన = అలాగైనచో; నీహయతత్త్వకౌశలంబు = నీయశ్వహృదయమందలి నేర్పును; ఎఱిఁగి = తెలిసికొని; నీకుఁ; అభిమతంబు = నీకోర్కెను; ఒనరింతును = చేసెదను. అని, రథంబు, ఎక్కి, బాహుకవార్ష్ణేయ సమేతుఁడయి = బాహుకవార్ష్ణేయులతోఁ; గూడినవాఁడయి, అరుగువాఁడు = పోవుచుండఁగా.

168. ఎదురన్ = ఎదుట, దవ్వులన్ = దూరములందు; చూచిన పొడవులు ఎల్లన్ = చూచునట్టి నిడివివస్తువులన్నియు, తక్షణము అ = వెంటనే; కదియఁగాన్ = సమీపింపఁగా; అవ్వి = అడవి; పిఱుఁదన్ = వెనుక; ఎంతయున్ = మిక్కిలి; దవ్వులయి = దూరమై; కనఁబడన్ = అగుపడఁగా; ఇది దినేశ్వరురథమో = సూర్యునితేరో; ఇతఁడు; అనూరుఁడో = సూర్యునిసారథియో; అంచున్ = అప్పుడు; ఇక్ష్వాకుకులుఁడు = ఇక్ష్వాకువంశస్థుఁడైన ఋతుపర్ణమహారాజు; హృదయమునన్ = మనసునందు; కడున్ = మిక్కిలి; విస్మయము = ఆశ్చర్యము, అందెను.

169. వార్ష్ణేయుండు. విస్మయంబు = ఆశ్చర్యంబు, అంది; తనమనంబునన్ = తనమనస్సునందు. (పై. ప. అ.)

170. ఈతఁడు. శాలిహోత్రుఁడో = శాలిహోత్రుఁడను ఋషియో; మాతలియో = ఇంద్రునిసారథియో, నలుఁడు ఓ; ధారుణీమండలమునన్ = భూమండలమందు; ఒరులు మానవులు = ఇతరమనుష్యులు, జవమూపేతముగన్ = తొందరతోఁగూడునట్లుగా, ఇట్లు; రథహయసతి = రథాశ్వములనడుపుశాస్త్రమును; ఎఱుఁగుదురు ఎ = తెలిసికొందురా.

171. వయోవిద్యావైభవంబులన్ = వయస్సు; చదువు; సామర్థ్యము అనువానియందు, ఇతండు = బాహుకుండు; నలున్ పోలెడిన్ = నలుఁడనితోఁచెడి; వికృతరూపధరుఁడు ఐనకారణంబు = మాఱురూపంబు దాల్చినవాఁడైనందులకు కారణము; ఏమిరొ = ఏమిటో; మహాపురుషులు = గొప్పవారు; దేవనియుక్తులై = వేల్పులచేఁ బురికొల్పఁబడినవారయి; ప్రచ్ఛన్నవృత్తిన్ = రహస్యమైన నడనడితో, ఉండుదురు. వారిన్ = అట్టివారిని; ఎఱుంగన్ = తెలిసికొనుటు; పోలునే = వీలగునే, అనుచున్, చనునప్పుడు = పోవునప్పుడు; ఋతుపర్ణుఁడు, తన ఉత్తరీయంబుజాతి = తనయంగవస్త్రముజాతి; భూతలంబునన్ = నేలమీఁద, పడినన్ = పడఁగా, మఱలిచూచి = తిరిగిచూచి, బాహుకా, వార్ష్ణేయుండు, పోయి = రథంబుదిగిపోయి; ఉత్తరీయంబు = అంగవస్త్రమును, తెచ్చునంతకున్ = తెచ్చువఱకును; రథగమనంబు = తేరిపోక, ఇంచుక = కొంచెము, మం

దంబు సేయును, అనినన్=తగ్గింపుమనఁగా, బాహుకుండు, నగి=నవ్వి, ఉత్తరీయంబు=పైయంగవస్త్రము, పడినయెడ = పడినచోటు, ఇచ్చోటికిన్ = ఇక్కడికి, ఒక్కయోజనంబు, కలదు. వార్ష్ణేయుండు, యెట్లు, తేనేర్చును= తేఁగలఁడు. అ౧. రథగమనవేగమహాత్మ్యంబు-రథ = తేరియొక్క; గమన= నడకయందలి, వేగ=వడియొక్క, మాహాత్మ్యంబు = నేర్పు, చెప్పుచున్, అనేకదేశంబులు, కడచినన్ = దాటివెళ్ళగా, ఒక్కయెడన్ = ఒక్కచోటు, అగణ్య...తంబు-అగణ్య = లెక్కపెట్ట నలవికాని, పర్ణ = ఆకులతోను. శాఖా=కొమ్మలతోను, అలంకృతంబు = సింగారింపఁబడి యుండునది; ఐన, విభీతకవృక్షంబున్ = తాండ్రచెట్టును, కని, ఋతుపర్ణుండు, బాహుకునకున్, ఇట్లు, అనియె.

172. ఎల్లవారునన్=అందఱును, ఎల్లవానిని = అన్నివిద్యలను, ఎఱుఁగరు=తెలియరు. విద్యలందున్ = చదువులలో, ఎల్లవారును, భిన్నవిషయములు=వేఱుపడినవిషయముగలవారు, వేఱువిషయముల నెఱిఁగినవారనుట. ఏను, దృష్టిమాత్రన = చూచినతోడనె, సకలవస్తుచయముసంఖ్య-సకలవస్తు = అన్ని వస్తువులయొక్క, చయము = గుంపుయొక్క, సంఖ్య=లెక్క, తొలఁగక=తప్పకుండ, ఎఱుఁగుదును=తెలిసికొందును.

173. ఇవ్విభీతకంబునన్ = ఈతాండ్రచెట్టునందు, ఫలపర్ణసముదాయసంఖ్యను=పండ్లయు ఆకులయు గుంపులయొక్క మొత్తమును, చెప్పెదను, వినుము. ఈరెండుశాఖలన్ = ఈరెండుకొమ్మలయందు, కల, పర్ణఫలంబులు = ఆకులు, పండ్లు, పదివేలును ఒక్కండు = 10001, తక్కినశాఖలన్, కలయవి = ఉండునవి, రెండువేలునుందొంబదియేను = 2095, అనినన్, బాహుకుఁడు, విని, వీనిని, ఎన్నకాని = లెక్కపెట్టికాని, నిశ్చయింపన్ నేరను = నిర్ణయింపఁజాలను, అ౨, రథంబున్, నిల్పి; ఆవృక్షంబు = ఆచెట్టును, అక్షణంబున = ఆవెంటనే ఉరులన్ త్రోచి = పడద్రోసి, అయ్యాశాఖలయాకులన్ = ఆయాకొమ్మలయందలియాకులను; పండులును=పండ్లను, ఎన్నినన్ = లెక్కపెట్టఁగా, ఋతుపర్ణుఁడు; చెప్పినయన్నియ= చెప్పినన్నియే;

ఐనన్=ఉండఁగా, అచ్చెరువడి = ఆశ్చర్యమునొంది; ఇవ్విద్య; నాకున్; ఉపదేశింపవలయును; అని; అడిగినన్; ఋతుపర్ణుఁడు; ఇట్లనియె.

174. ఇది; అక్షహృదయంబు; అనఁగాన్; విదితంబు=పేర్కొనఁబడినది. అగువిద్య; దీనిన్ = ఈవిద్యను; విధియుక్తంబుగాన్= శాస్త్రమందుఁ జెప్పఁబడినవిధముగా; మదిన్ = మనసున-బుద్ధియందు; ఎఱుఁగునరుఁడు= తెలిసికొన్న వాఁడు; - సంఖ్యలను జెప్పఁగలవాఁడు అగును. దుష్కృతకళంకవిముక్తుఁడు = పాపమువలనను; నిందలవలనను; విషమువలనను విడువఁబడినవాఁడు; అగును.

175. ఋతుపర్ణుండు; కరఁబు=మిక్కిలి; రయంబుతోన్ = వడితో; విదర్భకున్, చనువేడ్కన్ చేసి = పోవుత్సాహమువలన; పూర్ణమనఃప్రసన్నుఁడుఐ = నిండుమనస్సుచేత సన్నుగ్రహించినవాఁడై; సకలగుణప్రసిద్ధుఁడు = (నలుఁడు) అన్నిసుగుణములచేఁ బ్రఖ్యాతి చెందినవాఁడు; అగును. సర్వహితుండు=అందరికి మేలుచేయువాఁడును; అగును. చూవె = సుమీ; అంచున్= అని చెప్పుచు; అతిఅకుటిలబుద్ధిన్ =మిక్కిలి చక్కనైన తలంపుతో; బాహుకునకున్; ప్రీతితోడన్; విధియుక్తముగాన్ = శాస్త్రవిధితోఁగూడి; అక్షహృదయంబు=అక్షహృదయమనెడి విద్యను; ఉపదేశము ఇచ్చెను = ఉపదేశించెను.

176. ఇట్లు; నలుఁడు; ఋతుపర్ణుచేతన్; అక్షహృదయంబున్; పడసి; సంతుష్టుండు ఐ; నీకున్; అశ్వహృదయంబు = అశ్వహృదయమనెడి విద్యను; ఇచ్చెదను. పరిగ్రహింపుము. అనినన్; ఋతుపర్ణుండు; అట్లఅ=అట్లే; చేసెదను. అంతకున్ =నేనుతీసుకొనునంతవఱకు; నీయందున్ అ=నీయందె; ఉండనిమ్ము.అది=దానిని; నావలచినప్పుడుఅ=నాకుఁగావలసినప్పుడే; చేకొనియెదను =తీసికొందును. అనియె. అంతన్ = తర్వాత; ఆఅక్షహృదయసామర్థ్యంబునన్ = అక్షహృదయమందలి యానేర్పుచేత; అప్పుడుఅ=అప్పుడె.

177. నలున్; తొల్లి=పూర్వము; ఆక్రమించిన కలి=చుట్టుకొనియున్న కలిపురుషుఁడు; కర్కోటకవిషంబున్ = కర్కోటకునియొక్క విషమును; క్రక్కుచున్; విహితఅంజలిఐ = చేతులుజోడించుకొన్న వాఁడై; చంచలుఁడు

చున్ (భీతిచే) కదలుము, తన్నున్, ఎఱుఁగన్ చెప్పెన్ = తాను పలాని వాఁడని యెఱిఁగించెను.

178. వానిన్=ఆకలిపురుషుని, చూచి, నలుఁడు. తాను, అల్గి = కోపపడి, శాపము ఈన్ ఉన్నన్=శపింపఁబోవుచుండఁగా, కలి, ఎఱింగి = (ఆసంగతి) తెలిసికొని, నిన్నున్ పొంది = నీలోఁబ్రవేశించి, అహివిషంబుచేతన్ = సర్పముయొక్క విషముచేత, అనయంబు=ఎల్లప్పుడును, దగ్ధుండనునైతిని=మాడితిని, అనఘ=పాపములేనివాఁడా; ఇంకన్, నాపైన్=సైఁపు=నన్నుక్షమింపుము.

179. నిన్నున్, కీర్తించినజనులు=పొగడినజనులు, నావలనిభయంబు = నాభీతిని, పొందరు=చెందరు. నాపైన్ = నాయెడ, కరుణింపుము=దయసేయుము. అనినన్, నలుఁడు; కోపంబుడిగె = కోపంబువిడిచెను. కలియున్=కలిపురుషుఁడును, అవ్విభీతకంబున్ = తాండ్రచెట్టును, ఆశ్రయించెన్ = పొందెను. అదిమొదలుగా = అదిమొదలుకొని, అవ్విభీతకంబు = ఆతాండ్రచెట్టు, అప్రశస్తంబుఅయ్యెన్ = అప్రసిద్ధమయ్యెను. అట్లు, నలుఁడు, వికృతరూపమాత్రంబుతక్క = మాఱురూపం బొక్కటితప్ప, తక్కిన దుష్కృతంబువలనన్=తక్కినపాపంబువలన, విముక్తుఁడు ఐ = విడువఁబడినవాఁడై; రథంబు ఎక్కి; అతివేగంబునన్=మిగులవడితో, ఋతుపర్ణ వార్ష్ణేయసమేతుఁడు ఐ = ఋతుపర్ణునితోను వార్ష్ణేయునితోను గూడినవాఁడై, విదర్భకున్, చనియెన్, అంతన్=తర్వాత, సాయాహ్నమునన్=సాయంకాలమునందు.

180. ఋతుపర్ణుఁడు, రథధ్వానంబు=తేరిమ్రోఁత, ఘనధ్వనిపోలెన్ = ఉఱుమువలె, నానాదిక్ ముఖములన్= అన్నిదిక్కులయందు, మ్రోఁగుచుండన్=ధ్వనించుచుండఁగా, ఋతుపర్ణుండు, మానునన్ = గౌరవముతో, భీమ అనుజ్ఞాతుండు ఐ = భీమరాజుచే నుత్తరువుపొందినవాఁడై, ఆప్రోలు = ఆవిదర్భపురంబును, చొచ్చెను=ప్రవేశించెను.

181. దమయంతి, ఆరథస్వని=తేరిచప్పుడు, విని, నలురథఘోషము = నలునితేరుసద్దు, అని, అనురాగము=సంతోషము, ఒంది=పొంది, పుణ్యశ్లోకున్=

పుణ్యమునొనర్చు కీర్తిగలవానిని, లోకఉపకారకున్=జనులకుహితముఁజేయు వానిని, నిషధఈశున్ = నిషధదేశపు రాజగువానిని, నలున్, చూడన్ కన్ కంటిని=చూడఁగలిగితిని, అనుచున్=చెప్పుచు, ఘనభుజున్=నిడుపుచేతులుఁగల వానిని, చూడన్ కన్ కాననినాఁడున్ = చూడనోచుకొననిదినమునను, తత్ భుజపరిరంభణమునన్-తత్=ఆనలునియొక్క, భుజ=బాహువులయొక్క, పరి రంభణమునను=ఆలింగనముచేతను, సుఖము=సౌఖ్యము, పడయనివాఁడున్=పొం దనియెడల, నేను, ప్రాణంబు, విడుతును, అని, తలంచుచున్, కమలఆయతఅక్షి= తామరపువ్వుల రేకులవలెనిడివియైన కన్నులుగల యాదమయంతి, ఆరథఅధి రూఢుఁడు-ఆరథమునెక్కినవాఁడై, వచ్చు, ఋతుపర్ణున్, చూచి, అప్పుడు, అధిశోకతప్తఅగుచున్ ఉండె = ఎక్కువ దుఃఖమునెడి సెగచే మాడినదై యుండెను. అంతన్=తర్వాత, ఆఋతుపర్ణుఁడు, ప్రియముతోడన్ = ప్రేమ తో, భీమున్=భీమరాజును, కానన్ వచ్చెను=చూడవచ్చెను.

182. భీముఁడును; వానిన్=ఆఋతుపర్ణుని; పూజించి=గౌరవముచేసి, ఒక్కరమ్యహర్మ్యంబునన్=ఒకయందమయినమేడయందు, విడియించినన్ =విడిచిచూడఁగా; ఋతుపర్ణుండు, ఆపురంబునన్=ఆపట్టణమందు, స్వయం వరంబు అనుశబ్దము = స్వయంవరంబనెడి సందడి, వినన్ కానక = వినక, ఆత్మగతంబునన్=తన మనస్సునందు.

183. ధరణిన్=భూమియందు; కలరాజులుఁ; ఇందున్; ఎవ్వరు; వచ్చి నవారు; లేరు=కనంబడలేదు. వైదర్భి = దమయంతి; ఒరున్ = ఇతరుని; వరి యింపన్=కోరుటకు-పెండ్లాడుటకు; అంత=మిక్కిలి; ధర్మ్యఇతరచరితయె- ధర్మ్యక్ = నీతిదప్పనిదానికంటె, ఇతర = వేఱగుఅన్యాయమయిన; చరితయె =నడవడిగలదా; అనుచున్=ఎంచుచు; తద్దయున్=మిక్కిలి; లజ్జన్ = సిగ్గు తో; ఉండెను.

184. బాహుకుండును; రథశాలన్ = తేరిగుఱ్ఱములుఁగట్టు చావడియం దు; రథఅశ్వంబులన్ = తేరిగుఱ్ఱములను; బంధించి = కట్టి; రథసమీ పంబునన్=తేరిచేరువను; విశ్రమించి = బడలికదీర్చుకొని; ఉండునంతన్ =

ఉండఁగా; దమయంతి; బాహుకవార్ష్ణేయులతోడన్; వచ్చినఋతుపర్ణున్; చూచి; విఫలమనోరథ ఐ = వ్యర్థమైనకోరికగలది - ఆశ నిరాశ చేసికొన్నదియై; ఉండన్ ఓపక = ఉండఁజాలక; కేశినిఅనుదాసిన్ = కేశినిఅను పేరుగల చెలికత్తెను; పిల్చి; ఋతుపర్ణున్, అయోధ్యాపతిన్ కాన్ = అయోధ్యకు రాజుగాను; వార్ష్ణేయున్-సూతపుత్రునిన్ కాన్ = సారథినిగా; ఎఱింగితిని, బాహుకుండు; అనువాఁడు ఎవ్వఁడొ-ఓ; వానియందున్; నాహృదయంబు = నా మనస్సు; కరంబు = మిక్కిలి; ముదితంబు = అనురాగంబుగలది; అగుచున్నయది. మనప్ణాదునకున్; ప్రతివచనంబు = బదులుమాట; ఇచ్చినవాఁడు, వాఁడు అ = అతఁడే; కావలయును = ఉండవలయును; వానికడకున్; పోయి; ఎఱింగి = సంగతి తెలిసికొని; రమ్ము. అని; పంచినన్ = చెప్పగా; అది: పోయి; బాహుకున్; కని, దమయంతి; నికుశలంబు = నీ క్షేమము; అడుగన్ = విచారించుటకు; పుత్తెంచెను = పంపెను. ఇందులకున్ = ఇచ్చటికి; ఏమికారణమునన్, వచ్చితి; అనినన్; దానికిన్ = ఆ కేశినికి; బాహుకుండు; ఇట్లు; అనియెను.

185-186. వినుము- ఆలకింపుమి. దమయంతి; ప్రియమునన్ = ప్రేమతో; పునస్స్వయంవరము = తిరిగిస్వయంవరంబును; చేయన్ కడంగి = చేయ ప్రయత్నించి; సకలక్షత్రియ అన్వయవీరులన్ = అన్ని రాజవంశపుశూరులను; రావించినన్ = పిలిపింపఁగా; నయవిధి = నీతిశాస్త్రమునకు స్థానభూతంబయిన ఋతుపర్ణుఁడు; ఒక్కనాఁటన్ అ = ఒకదినముననే; అయోధ్యనుండి = అయోధ్యాపురంబునుండి; ఇందులకున్ సరి = ఇక్కడికి సరిగా; శతయోజనంబులు = నూఱామడలదూరము; చనుదెంచెను = వచ్చెను. నేనును; అతనిసారథినై; ఇటన్ = ఇచ్చటికి; వానితోన్ = అఋతుపర్ణునితోఁగూడ, మనోవేగమునన్ = మనస్సుకుఁగల వేగముఁబోలు వేగముతో; వచ్చితిని.

187. నావుడున్ = అని చెప్పఁగా; మూఁడవవాఁడు; ఎవ్వఁడు; అని; అడిగినన్; ఆకేశినికిన్; బాహుకుండు; ఇట్లు అనియె.

188. అతఁడు నలరథచోదకుఁడు = నలునిరథంబుదోలువాఁడును; అతిఅలఘుఁడు = మిక్కిలి నైపుణ్యముగలవాఁడును; వార్ష్ణేయనాముఁడు = వార్ష్ణేయుఁడను

పేరుగలవాఁడు; అనఁబలుకఁగన్ = (అనిపలుకఁగ) చెప్పఁగా; వాఁడు = ఆవార్ష్ణేయుఁడు; ఆనలభూపాలకుఁబోయినవలను=ఆనలమహారాజుపోయినప్రదేశము; ఇదియని=సరిగా నిదియని; ఎఱుఁగను ఒకో = తెలియనునా, అనఁగన్ = (అంతట అని) అనఁగఁగా; వాఁడు=ఆబాహుకుఁడు; ఇట్లనియెన్.

189. వార్ష్ణేయుండును; నలుపుత్రులన్=నలమహారాజుబిడ్డలను; విదర్భేశ్వరుకడన్= విదర్భరాజువద్ద; పెట్టిపోయి = విడిచిపోయి; నలురాజ్యభ్రంశంబు = నలుఁడు రాజ్యము పోఁగొట్టుకున్న వార్తను; విని; ఋతుపర్ణున్; కొలిచియుండెన్ = సేవచేయుచుండెను. అతఁడును = ఆవార్ష్ణేయుఁడును; నలున్; ఎఱుంగఁడు.

190. నలునితోన్; ఒక్కటన్ = కూడ, అరిగిన నలినాయతనేత్ర = వెళ్ళిన కమలలోచనయగు, భీమనందనయొండెన్ = దమయంతిగాని; నలుఁడు ఒండెన్=నలుఁడుగాని; ఎఱుఁగుదురు=తెలిసియుందురు. ఒరులకున్=ఇతరులకు నలున్; ఎఱుఁగన్=తెలిసికొనుటకు; మహిన్=భూమియందు; కారణము = నిమిత్తము; కలదే=ఉన్నదా? (లేదనుట.)

191. అనినన్; విని, కేశిని; ఇట్లనియె.

192. ఆపదలలోన్; వస్త్రార్ధహారిణి=కోకలోసగము చించుకొన్నవాఁడై; దయ=కనికరము; లేక; ప్రాణేశ్వరుఁడు=ప్రాణనాథుఁడు-భర్త, తన్నున్ పాసి=విడిచి; చనినన్=వెళ్ళఁగా; నాటిఅర్ధవస్త్రంబు=ఆదినమునఁగట్టినసగము కోకయే, పరిధానమునన్=కట్టుబట్టయై యుండఁగా, పాంసుపటలమలినము = దుమ్ముయొక్క రాశిచేనల్లనిది; అగుచున్న; తనువుతోన్=దేహముతోను; అనయంబు=ఎల్లప్పుడు; జడగొన్న=జడయైన, అలకఆవళులతోడన్=ముంగురులసమూహముతోను; (కూడి) అవనితలము=పుడమి, శయనంబుగాన్=పాన్పుగాఁగా;

దమయంతి, ధర్మచారిణి=పతివ్రతాధర్మంబు నడచునది యై, అఘక్షతంబులన్ =పాపంబుఁ బోఁగొట్టు వ్రతములను, ఆచరించుచున్నది = చేయుచున్నది. అనిన =అని చెప్పఁగా, నలుఁడు, అవిరళ...ర్ణంబు-అవిరళ=దట్టముగా, ఉద్గత=బయలుదేరుచున్న, బాష్ప=కన్నీటితో, పూర్ణంబులు=నిండినవి. అయిన, లోచనములు=నేత్రములు, ఎఱుకపడకయుండఁగ=దృష్టి తెలియక యుండఁగా; వదనపద్మంబు = కమలమువంటి ముఖమును; వాంచి, తాను, ఒండువలను = మఱియొక్క వైపు; చూచుచుండెను.

193. కేశినియుఁగ, బాహుకుపలుకులు=బాహుకుని మాటలు; ఆకారంబును=స్వరూపమును; దమయంతికిన్, ఎఱింగించినన్=తెలుపఁగా, అది=దమయంతి; అతనిన్, నలుఁగాన్=నలునిగా, శంకించి=సందేహపడి, ఇంకను=తిరిగి, వానికడకున్; ఏఁగుము=వెళ్లుము; వాఁడు ఋతుపర్ణువంటలవాఁడు అఁట. పచనసమయంబున = వంటచేయు సమయమున; వానిచరితంబు = వానిసంగతి; ఎఱింగిరమ్ము=తెలిసికొనిరమ్ము; అని; పంచినన్= పంపఁగా; అప్పుడే, చని; కేశిని; బాహుకునందున్; ఉన్న; దైవ...క్రియలు-దైవ=దేవసంబంధములైన; మానవ=మనుష్యసంబంధములైన; నిమిత్త=కారణములుగల; అద్భుతక్రియలు =ఆశ్చర్యకరంబులైనపనులు; చూచి; వచ్చి దమయంతికిన్; ఇట్లు; అనియెన్.

194. అతనిచరితంబు=అతనిప్రవర్తనము; చెప్పఁగన్=చెప్పుటకు; అతిమానవము=ఆశ్చర్యమైనది; అపగతప్రయాసము=కష్టములేనిది; అదృష్టశ్రుతపూర్వము=ఇంతకుముందు; చూడను వినను బడనిది పరమార్థముఅ = నిజముగానే; అంబుజనేత్రా=కమలాక్షీ; అతనిని; దైవము అనవలయున్ = దైవమని చెప్పవలయును.

195. వినవమ్మ=వినుముఅమ్మ; వాఁడు=ఆబాహుకుఁడు; తృణముష్టిన్= గడ్డిపిడికిటిని=పిడికెడుగడ్డిని; వీచినన్=విసరినట్టైన; అందున్ = ఆగడ్డియందు; అగ్ని=నిప్పు ఉదయించి=పుట్టి; అందున్ = ఆనిప్పునందు; వంటలు; అమరునంతకున్=జరుగునంతవఱకు; ఇంధనము=కట్టెలు; అపేక్షింపక; ఉడుగక =

విడువక; మండుచుఁ; ఉండును. మఱియుఁ=ఇదియును గాక; కడఁకతోఁ=సంతోషముతో; నంజుళ్లు=మాంసములు; కడుగఁగఁ=కడుగుటకు; సమకట్టి=పూని; జలము=నీరు; అపేక్షించుచుఁ=కోరఁగా; చూడఁ=విచారింపఁగా; ఆజ్ఞామున=ఆదేశమున; దివ్య అంభఃప్రవాహము=తియ్యనినీటి వెల్లువ; సంభవించి=పొడమి; కుంభములు=కడవలు నిండుగా; నిండి; శూన్యము అగుచుండుఁ=తఱుఁగకయుండును; అతని...మర్దితములై—అతని=నలుని యొక్క; కరద్వయ=రెండుచేతుల వేళ్ల; అనుమర్దితములై=నలపఁబడినవై; కందియును—వాడియును; మహ...తతులు=మహత్=మిక్కిలి; సుగంధ=కమ్మని వాసనగల; కుసుమ=పువ్వులయొక్క; తతులు=గుంపులు; తొంటియట్ల=పూర్వము వలెనే, తమకంపు=తమ వాసనను; విడువక ఉండును. అతని తేజము=నలుని కాంతి, ఉన్నతము=హెచ్చినదిగా; ఉన్నది.

196. అరిగినఁ; విని; దమయంతి; వెంబడియుఁ=తిరిగి కేశినిఁ, పిలిచి; బాహుకువండిననంజుళ్లు=బాహుకుండు వండిన భక్ష్యవస్తువులను; తెప్పించి; ఆస్వాదించి=రుచిమాచి; బాహుకుండుఁ: నలులక్షణంబులు=నలుని గుఱుతులు; కలుగుట=ఉండుట. ఎఱింగియుఁ=తెలిసియు; ఊఱడఁబోవక=సమాధానము నొందఁజాలక; వానిపాలికిఁ=ఆ బాహుకుని యొద్దకు; కొడుకుచుఁ; కూఁతునుఁ=కుమార్తెను; కేశినితోడఁ=కేశినితోఁగూడ; పంచినఁ=పంపఁగా; ఆకుమారునిఁ కూఁతుఁ=ఆకూఁతును కొడుకులను జూచి.

197. నలుఁడు; బాష్పవారి=కన్నీరు; వశము కాక=స్వాధీనము కాక; ఒల్కుచుఁ ఉండఁ=కాఱుచుండఁగా; కొడుకుఁ; కూఁతుఁ; ఎత్తుకొని; హర్షపులకిత అంగుండై=సంతోషముచే గగుర్పాటుతోఁగూడిన శరీరము గలవాఁడై; నిజఅంకతలంబునందుఁ=తనతొడమీద; వారిని=ఆకొడుకు కూఁతులను; ఉనిచి=కూర్చుండఁబెట్టుకొని; ఆదరమునఁ=ప్రీతితో.

198. ఆకేశినిన్, చూచి; ఈకుమారులు=బిడ్డలు; ఇద్దఱు; నాకొడుకున్ కూఁతురున్ పోలినన్=నాబిడ్డలవలెనుండఁగా, వీరిని; ఎత్తుకొని; దుఃఖించితిని; అని; తన్నున్=తనసంగతి; ఏర్పడకయుండన్ = తెలిసికొనకుండునట్లు; పలికి=చెప్పి; దానికిన్, ఇట్లు; అనియెన్.

199. నీవు; ఇటన్=ఇచ్చటికి; పలుమఱు=అనేకపర్యాయములు; వచ్చుచున్ పోవుచు ఉనికిన్=రాకపోకలు చేయుచుండుటచేత; ఇతరజనములు = పొరుగువారు; కని=చూచి; చిత్తములన్=మనస్సులందు; ఒండుగన్=వేఱురీతిగా; సంభావింతురు = తలంతురు. కావునన్; ఇంకన్=ఇఁకమీఁదట; కార్యార్థినివి ఐ = పనులను గోరినదానవై; రాన్వలవదు=రావద్దు.

200. ఏను; దేశాంతరమునుండి=ఇతరదేశములనుండి; వచ్చిన యతిఘులము=పెందులము. నకున్, మాతోడిది=మాతోఁగావలసినది; ఏమి; అనినన్; కేశినియున్; క్రమ్మఱి=తిరిగి; వచ్చి; బాహుకుమార్గంబు = బాహుకునిరీతి; అంతయున్=యావత్తును; చెప్పినన్=చెప్పఁగా; అది = ఆదమయంతి, సంతసించి; నిజజననికిన్=తనతల్లితోఁ; ఇట్లు; అనియె.

201. సందియము=సంశయము; ఏల=ఎందుకు; సర్వగుణసంపదన్ = యావత్తు సుగుణములకలిమిని; చూడన్కన్=యోచించిచూడఁగా; బాహుకుండు; తాను; అవశ్యము=తప్పక; భూవందితుఁడు = భూమియందలిజనులచే స్తోత్రముచేయఁబడువాఁడు; వైనైషధుఁడు=నలుఁడు; అగును. నామనంబును=నామనస్సునైతేము; ఆనందమునన్; సంతోషమును; పొందుచున్నది. ఘనంబుగన్=మర్యాదతోఁ; వాఁడు=ఆనలుఁడు; ఇటకున్=ఇచ్చటికి; వచ్చువాఁడో=వచ్చుటయో; ఏను; అటకున్=అచ్చటికి; ఏఁగుదాననో=పోవుటయో; నయంబుగన్=చక్కఁగా; అనతి; ఇమ్ము. నాపుకున్=ఆరియనుఁగఁగా.

202. ఆది=ఆదమయంతియొక్క తల్లి; భీమునను మతంబునన్ = భీముని యంగీకారముచేత; దమయంతియొద్దకున్; బాహుకున్; రావించినన్ = పిలిపింపఁగా.

203. నలుఁడు; చనుదెంచి=వచ్చి; అందున్=ఆభీమరాజుగృహంబునందు; దీనఆననన్=వ్యసనముగల ముఖముగలదియు; అవిర...గాత్రిన్ - అవిరళ=దట్టమైన, పంక=బురదవలె; మలిన=మురికియైన; నత=వంగిన; గాత్రిన్ = శరీరముగలదియు, తపస్వినిన్=దుఃఖపడుచుండునదియు, అతికృశన్ = మిక్కిలి చిక్కినదియు; ఉదిత...ముఖిన్ - ఉదిత=పుట్టిన; బాష్ప=కన్నీటియొక్క; కణ=బిందువులతో; కలిత=కూడిన; ముఖిన్ = మోముగలదియునైన దమయంతిన్; కనియెన్.

204. దమయంతి; నలుని వికృతాంగమునన్ = నలునియొక్క యసహ్యరూపంబును; చూచియున్=చూచినప్పటికిని; అతనిన్; అన్యుంగాన్ =వేఱొక్కనిఁగా; వగవక=ఎంచక; నెయ్యమునను=ప్రేమచేతను; లజ్జను = సిగ్గుచేతను; భయసంభ్రమమునన్ = భీతిచేతను; తత్తఱపాటుచేతను; వివశ ఆత్మ అగుచున్=స్వాధీనము తప్పిన తెలివిగలదయి; (స్మృతిలేనిదై) పతికిన్; ఇట్లు అనియెన్.

205. విజనంబు ఐనవిపినంబునన్ = మనుష్యసంచారము లేని యడవి యందు; అలసి=శ్రమపడి, నిద్రపోయిన; అబలన్=ఆఁడుదానిని; అతిసాధ్విన్ =మిగులమంచిదానిని; అనువ్రతన్ = తన్నుఁబోలినదానిని; అగ్నిసన్నిధిన్ = అగ్నిహోత్రునియెదుట; పాణిగ్రహణవిధిలబ్ధ ఐనదానిన్ = పెండ్లి యను కార్యముచే పొందఁబడినదానిని; పాసి=వదలిపెట్టి; నలునట్లు=నలునివలె; నిర్దయులై = కనికరములేనివారయి; అరిగినవారలు = పోయినట్టిమానవులు, ఒరులు=ఇతరులు; లేరు.

206. సురవరులన్=వేల్పులలో పెద్దలను; మెచ్చక=కోరక; తనున్ (నలుని అనుట) వరియించినన్నున్=కోరినన్ను, పుత్రవతిన్ = బిడ్డలుగల దానిని, ఏలకో=ఎందుకో; చెచ్చెరన్ = వెంటనే విడిచెను. నిష్కారణున

కున్=దయమాలినవాఁడగు; అతనికిన్; ఏను; ఏమి; ఎగ్గు=అపకారము; కావించితిఁకో=చేసితినో.

207. ప్రాణసమానవు ఐన నిన్నున్; విడువను=విడిచిపెట్టను. ఓడక యుండుము=భయపడకుండుము. అనిన ఆపలుకులు= చెప్పినయామాటలు; ఏల వఱచెనో; అతి శోకతప్తంబు = దుఃఖముచే మాడినది; ఐన, తనహృదయంబున్=తనమనస్సును; తడుపుచున్న దియునుం బోలెన్=తడుపుదానివలె, బాష్పధారలన్=కన్నీటిధారలచేత; ఉరస్థలంబున్ = ఱొమ్మును; తడుపుచున్న దమయంతిన్; చూచి; నలుఁడు; దుఃఖఆకులుఁడు ఐ = వ్యసనముచేఁ గలవరపడినవాఁడై; ఇట్లు; అనియెన్.

208. నేను; కలి...మతినయి—కలి=కలిపురుషునిచే; సమావిష్ట=ప్రవేశింపఁబడిన; మతినయి = బుద్ధిగలవాఁడనై; కలిపురుషుని ప్రేరణచేత; కష్టవృత్తిన్=నీచతనముతో, అట్టియెడుమను = అట్టికష్టమందు; పడితిని = చిక్కుకొంటిని. అది = ఆకలిపురుషుఁడు; మదీయ...లమునన్—మదీయ = నాదైన; తపము=తపస్సుయొక్క; బలమునన్=బలిమిచేతను; దుష్కర్మదహనమునన్ = చెడుకర్మ నశించిపోవుటచేతను; ఇప్పుడు; నన్ను; విడిచిపోయెను.

209. ఏను; ఇందులకున్=ఇచ్చటికి; నీతదర్థంబు=నీకొఱకు; వచ్చితిని; అదిఅట్లు ఉండెన్ = ఆసంగతి యట్లుండనిమ్ము. అనురక్తున్ = ప్రీతిగలవానిని; అనువ్రతున్ = ఏకపత్నీవ్రతముగలవానిని, నన్నున్; ఎంచక = తలంపక; అన్యఅపేక్షన్=వేఱొకనియందు మనస్సుతో; పునఃస్వయంవరంబు= మరలస్వయంవరము; రచియించుట అది — చేయుట; కులస్త్రీధర్మంబు కాదు. రాజులన్ ఎల్లన్=రాజులనందఱిని; ఈస్వయంవరంబునకున్; రావించుటన్ చేసికాదె = పిలిపించుటచేత నేకదా, ఋతుపర్ణుఁడు వచ్చెను. అనినన్ = అని నలుఁడు చెప్పఁగా, దమయంతి; కృత అంజలి ఐ = చేతులు జోడించినదై, ఇట్లు; అనియెన్.

210. నిన్నున్; రోయంగన్=వెదకుటకు; విప్రులు — బ్రాహ్మణులు, నెమ్మిన్=ప్రేమతో; అరిగి; జాబేరన్; పలుకఁబడిన = చెప్పఁబడినట్టి; ఎల్ల

చోటన్ = అన్నిచోట్లను; పలికిరి. అందున్ = వారిలో; పర్ణాదుఁడు అను విప్రుఁడు = బ్రాహ్మణుఁడు, ఆ అయోధ్యకున్; ఏఁగి, నిన్నున్; ప్రతివచనంబులన్=నీబదులుమాటచేత; ఎఱింగెను=గుర్తుపట్టెను.

211. ఆపర్ణాదువలనన్; (నీవృత్తాంతంబు) ఎఱిఁగినదాననై; నిన్నున్; ఇటన్; రావించునుపాయంబున్ = పిలిపించునుపాయము, తలంచి; ఎల్లి = రేపు, దమయంతి ద్వితీయస్వయంవరంబు; అగును = జరుగును. అని; ఋతుపర్ణుకడన్ = ఋతుపర్ణుని సమీపమున, ప్రకాశింపన్= తెలియఁబఱచుటకు; సుదేవుండు అనుబ్రాహ్మణున్, పుత్తెంచితిని=పంపితిని.

212. అధిపా=ఓనాథా; నరవరుఁడు = మనుజులలో శ్రేష్ఠుండయిన; నలుఁడుకాక = నలుఁడుతప్ప; ఎవ్వరు; శతయోజనములు = నూఱామడలు; ఒక్కవాసరమునన్ = ఒక్కదినంబులోపల; వత్తురు=రాఁగలరు. అని; దీనిన్ = ఈసంగతిని; పరికింపన్ = పరీక్షించుటకై; వేఁడి=కోరి, ఇట్లుపంచితిని = బ్రాహ్మణు నంపితిని.

213. అనతవైరి=శత్రువులనుస్వాధీనముఁజేసికొనినయోనాథా; ఏను; అతిపాపభావమునన్=ఎక్కువచెడుతలంపుతో; ఎగ్గు=చెఱుపు; తలంపను=ఎంచినదాననుగాను. ఒండుగాన్=వేఱొకవిధముగా; తలంపకు(ము) = ఎంచకుము. నీఅడుగులు=నీపాదములు; అంటుంగన్; ఓపుదును = చాలుదును. అట్లు అ ఐనన్=అప్రకారమే యన్యునికోరియున్నయెడల; నన్ను, ఈనళినఆప్తుఁడు=(తామరలకిష్టుఁడైన) ఈసూర్యుఁడు; ఈఅనలుఁడు = ఈఅగ్నిహోత్రుఁడు; ఈమృగలాంఛనుఁడు= ఈచంద్రుఁడు (కుందేటినిఁ జేతఁబట్టినవాఁడు). ఈ సురఉత్తములు=ఈదేవతలలో గొప్పవారు; కోపపరీతచిత్తులు ఐ = కోపముచేఁ జుట్టఁబడినమనస్సుగలవారై; జానువు = సొగసు; అడఁగన్ = నశించునట్లు; ఆక్షణము అ = ఆవెంటనే; చంపరుఎ = చంపరా. (నేను నిన్నుఁదప్ప యితరునిఁ గోరియుందు నేని; సూర్యచంద్రాదులగు దేవతలు నీపాదములంటిన నన్ను దహింపఁజేయుదురు.) అని తా.

214. అనుచున్న; అవసరంబునన్=సమయమునందు; అఖిలభూతఅంతర్గతుఁడు ఐన = అన్నిప్రాణులలోపల నుండువట్టి; వాయుభట్టారకుండు =

వాయుదేవుఁడు; ఎల్లవారును=అందఱును, వినన్ = ఆలకించునట్లు; ఆకాశంబునన్, ఉండి; నలునకున్; ఇట్లు; అనియె.

215. నృపవరోత్తమ=రాజశ్రేష్ఠుఁడా; వినుము. అమలచరిత్రన్=నిర్మలమైన నడవడికగల, పతివ్రతన్; దమయంతిని; ఇట్లు; పల్కుదువు ఏ = ఆడవచ్చునా? దీనియందున్=ఈదమయంతియందు, విదితంబు=కనిపించునట్టి; అగు; శీలనిధిన్=నడవడియనుకాణాచిని; సుధాంశుఁడును, చంద్రుఁడును; కమలహితుండును=సూర్యుఁడును; నేనును; ఒకటన్=కూడి; మూఁడువర్షములన్ = మూఁడేండ్లు; తగన్=ఒప్పునట్లు, బాగుగా; కాచితిమి = కాపాడితిమి. కోమరుగన్=బాగుగా; దీనిన్; చేకొనుము=గ్రహింపుము. కోమలి=ఈదమయంతి; ఇరున్=ఏయందు; అనురక్త=ప్రేమగలది; నావుడున్ = అని చెప్పఁగా (వై. ప. అ.)

216. మరుద్వచన అనంతరమునన్=వాయుదేవునిమాటలుపూర్తిఅయిన తర్వాత; సురపుష్పవృష్టి=దేవతలు కురిపించిన పుష్పవర్షము, కురిసెన్; సురదుందుభినాదములు=వేల్పులభేరీవాద్యముల మ్రోఁతలు; మ్రోసెన్=మ్రోఁగెను. గంధవాహుండును=వాయువును; కరము=మిక్కిలి; ప్రశస్తముగన్ = . తిన్నగా; వీచెన్=విసరెను.

217. ఇట్లు ఎల్లవారికిన్; ఆశ్చర్యంబుగాన్=సంతోషముగలుగునట్లు; వాయుదేవుఁడు, తన్ను ఎఱింగించి=తా నెవ్వఁడైనది తెల్పి, దమయంతీ పతివ్రతాగుణంబులును=దమయంతీదేవియొక్క పాతివ్రత్యమహిమమును; పతియందలి = భర్తయందలి; అకృత్రిమఅనురాగంబును = కపటముగాని ప్రీతిని; చెప్పినన్ = తెలుపఁగా; విని; నలుండు; పరమ ప్రమోద పరిపూర్ణ హృదయుండై=పరమ=ఎక్కువ, ప్రమోద=సంతోషముచేత; పరిపూర్ణ=నిండిన; హృదయుండై=మనస్సుగలవాఁడయి; తత్క్షణంబు అ = వెంటనే; కర్కోటకున్; తలంచి; వాఁడిచ్చిన పుట్టంబు = ఆ కర్కోటకుఁడొసంగిన వస్త్రంబును; పైన్=మీఁద; పెట్టికొని=ఉంచుకొని; నిజరూపంబున్=తన స్వరూపంబును; తాల్చెన్=ధరింపఁగా.

218. ఆయత బాహున్=నిడుపుచేతులుగలవానిని; తప్తకనక అంచిత వర్ణున్ - తప్తకనక=అపరంజివంటి; అంచిత=ఒప్పిన; వర్ణున్ = శరీరచ్ఛాయగలవానిని; మనోజరూపున్ = మన్మథుని రూపంబుగలవానిని; ఇంద్రునివలె నాచరించువానిని=ఇంద్రునివలె నుండువానిని; సూర్యతేజున్=సూర్యునివంటి ప్రకాశముగలవానిని; నిషధప్రభున్=నిషధదేశపురాజును; అనలున్=అనలమహారాజును; చూచి; పద్మ...నేత్ర-పద్మపత్ర=తామరపువ్వురేకువలె, ఆయత=నిడివిదైన; నేత్ర=కన్నులుగలదయిన, దమయంతి; కరంబు=మిక్కిలి; ముదంబున్=సంతోషమును; ఒంది=పొంది; బంధులకున్=చుట్టాలకును; మిత్రులకున్=చెలులకును; హృదయప్రియంబుగన్=మనస్సున కింపుగలుగునట్లుగా; లక్ష్మీయుత=కాంతితోఁగూడినది; అయ్యెన్.

219. ఇట్లు; సంగతులు=కూడినవారు; ఐన; ఆయిరువురకున్ = అనల దమయంతులకు; విరహపరితాపంబుతోన్ అ=ఎడఁబాటువలని సంతాపంబుతోఁగూడ; శరీరమలినత్వంబు=దేహములోని మురికి; వాసెను=తొలఁగెను. (విరహతాపంబడంగెను. దేహమున మురికియుఁబోయెను.) పరస్పరానురాగంబుతోన్ అ=ఒండొరులమీఁది చెలిమితోఁగూడ; విభూషణవిశేషములు=గొప్ప సొమ్ములు; విలసిల్లెన్=ప్రకాశించెను. ఒండొరులమీఁదప్రేమగలిగెను. (వారు దాల్చిన భూషణములును ప్రకాశించెను.) అంతన్=పిమ్మట; అంతయున్ = సవిస్తరముగా; విని; భీముఁడు; జాతసస్య = పైరులుగలది; ఐన; వసుధ = భూమి; తోయసంప్రాప్తిన్=నీళ్ళుపోయుటచేత; ఆప్యాయిత ఐనట్లు=తృప్తి నొందినట్లు; అజ్ఞాత చర్యుండు = పోవిడి తెలియకయుండినవాఁడు; అయిన పతిన్; పడసి=పొంది; పరమసంతుష్టహృదయ ఐ = ఎక్కువ సంతసముతోఁ గూడిన మనస్సుగలదై; చంద్రునితోన్; కూడిన; రాత్రియున్ పోలెన్ = రాత్రివలె; ఒప్పుచున్న = ప్రకాశించు; దమయంతిన్; చూచి; సంతసిల్లి; తనపురంబునందున్; అష్ట శోభనంబులు = ఎనిమిదివిధంబులైన అలంకారములను; దేవగృహంబులందున్ = దేవాలయములందు, విశేషపూజలు = ఎక్కువపూజలు; చేయించెను. అట్టి మహోత్సవంబు = అట్టి గొప్ప వేడుక

జరుగుట; ఎఱింగి=చూచి; ఋతుపర్ణుండు; నలునొద్దకున్; వచ్చి; నీవు; అఖిలలోకపూజ్యుండవు=జనులందరిచేఁ గొనియాడఁబడినవాఁడవు; అయ్యున్ = అయినప్పటికిని, నాయొద్దన్; బాహుకుండు అనన్ = బాహుకుఁడని, ప్రచ్ఛన్నవృత్తిన్ = గోప్యమైనరూపముతో; ఉన్న, నిన్నున్, ఎఱుంగక; నీచకర్మలయందున్=వంటచేయుట మొదలగు హీనపుఁబనులయందు; నియోగించితిని=ఉంచితిని; దీనిన్=ఈప్రకారముచేయుటను; క్షమియింపుము=ఓర్చుకొనుము. అని; నలుచేతన్; సత్కృతుండు ఐ=మన్ననచేయబడినవాఁడై; అశ్వహృదయంబు అనుపేరుగల విద్యను; ఉపదేశంబుగొని = తెలిసికొని; అయోధ్యకున్, చనియెన్; అటన్=అచ్చట; నలుండును, విదర్భాపురంబునన్, ఒక్కమాసంబు; నివాసంబుచేసి = ఉండి, విదర్భేశ్వరున్=భీమరాజును; వీడ్కొని; దమయంతిన్; అందున్ అ=అచ్చటనె, ఉనిచి; ఒక్కరథంబును; పదునాఱు ఏనుఁగులును, ఏఁబదిగుఱ్ఱములును, ఆఱునూఱుకాల్బలంబులును; తనకున్; తోడు=సాయముగా; కాన్=కాఁగా; నిషధపురంబునకున్, అరిగి, పుష్కరున్, కని; ఇట్లు, అనియెన్.

220. అమరఁగన్ = ఒప్పిదముగా, నీకున్; జూదము, అభిమతమేని=ఇష్టమైనయెడల, దమయంతి, రోయిగాన్ = పందెముగా; నీతోన్; జూదముఆడన్; కడంగెదను = పూనెదను. ధరణీరాజ్యము = నిషధదేశమును, నీవు; నాకు, రో = పందెముగా; ఇడుము= పెట్టుము. (నేను దమయంతిని పందెముగాఁ బెట్టెదను. నీవు రాజ్యము పందెముగాఁ బెట్టుము. ఇట్లు పందెముగాఁ బెట్టుకొని జూదమాడుదము రమ్మని నలుఁడు పుష్కరునిఁబిలిచెను.)

221. రాజ్యము; వీరభోజ్యమసుమ్మ= అనుభవింపఁదగినదే కదా; వింటె=నీవును వినియున్నావుగదా. నీవును; నేనును; దుర్వారవృత్తిరథంబులు - దుర్వార=నిలువగాని; వృత్తి=ప్రవేశముగల; రథంబులు = తేరులు, ఎక్కి; అవంధ్యవిక్రమము = తగనిపరాక్రమము; ఏర్పడన్ = వెల్లడియగునట్లు; భూరివీరరణంబు=గొప్పశూరులుచేయుయుద్ధంబును; ఒనర్తము = చేయుదము; పోరన్=యుద్ధమునందు; ఓర్చినవాఁడే=గెల్చినవాఁడే; వీరగుణఉన్నతిన్ =

www.ingramcontent.com/pod-product-compliance
Lightning Source LLC
LaVergne TN
LVHW020123220825
819277LV00036B/559
* 9 7 8 1 0 2 1 5 1 5 4 9 0 *